ምርጫና ውሳኔ

የመምረጥ መብትህና ምርጫህን የመኖር ግዴታህ!

Your right to choose and your obligation to live your choice!

በዶ/ር ኢዮብ ማሞ

ምርጫና ውሳኔ

የመምረጥ መብትህና ምርጫህን የመኖር ግዴታህ!

2010

Choices and Decisions

Your right to choose and your obligation to live your choice!

2018

ይህንን መጽሐፍ ያለ ደራሲው ፈቃድ ሙሉ በሙሉም ሆነ በከፊል ማባዛት እንዲሁም በማንኛውም ሚዲያ ማስተላለፍ በሕግ የተከለከለ ነው፡፡

Copyright 2017, by Dr. Eyob Mamo

All right reserved.

Reproduction and transmission of any text in whole or in part

without the written consent by the author is unlawful.

Dr. Eyob Mamo

Box 5824

Addis Ababa, Ethiopia

251-911-220566

ምስጋና

የሞራል ድጋፍ፣ የጽሑፍ እርማትና ማስተካከያ፣ እንዲሁም የሽፋን ዲዛይን መዋጮ ከውድ ባለቤቴ ከአዲያም ስሎሞን ተቀብዬአለሁና የከበረ ምስጋና ...

ጽሑፎቼን በማንበብ የበለጠ እንድጽፍ ለሚያበረታቱኝ አንባቢዎች የከበረ ምስጋና ...

ከሁሉም በላይ ለአገሬና ለሕብረተሰቤ ይህንን መሰል ጽሑፎች እንዳቀርብ ሁል ጊዜ ለሚረዳኝ ለአምላኬ የላቀ ምስጋና።

ማውጫ

ክፍል አንድ - የምርጫ እውነታዎች // 9 //

1. አማራጭ የሌለው ምርጫ // 11 //
2. ሶስቱ የምርጫ እውነታዎች // 17 //
3. ሁለቱ የምርጫ ሂደቶች // 22 //
4. ነባር ምርጫ // 27 //
5. የነባር ምርጫ ምንጮች // 33 //
6. የምርጫ ናዳ // 37 //
7. የትክክለኛ ምርጫ ሂደቶች // 42 //
8. ሁለቱ የምርጫ መነሻዎች // 47 //

ክፍል ሁለት - የምርጫ ዘርፎች // 51 //

9. የዓላማ ምርጫ // 53 //
10. የሃገር ምርጫ // 57 //
11. የትምህርት ዘርፍ ምርጫ // 62 //
12. የስራ ዘርፍ ምርጫ // 67 //
13. የቅርብ ጓደኛ ምርጫ // 72 //
14. የፍቅረኛ ምርጫ // 77 //
15. የሕይወት ዘይቤ ምርጫ // 82 //

ክፍል ሶስት - ምርጫ በየእለቱ // 85 //

16. የትኩረት ምርጫ // 87 //
17. እውነታን የመቀበል ምርጫ // 92 //
18. የመስማማት ምርጫ // 97 //

19. የእድገት ምርጫ // 102 //
20. የደስተኛነት ምርጫ // 107 //
21. ስህተትን የማመን ምርጫ // 112 //
22. ያለመገኘት ምርጫ //118 //
23. ተጽእኖ የማድረግ ምርጫ // 124 //
24. የመሆን ምርጫ // 131 //
25. ልቆ የመገኘት ምርጫ // 136 //
26. የሙብሰል ምርጫ // 142 //
27. የእምቢታ ምርጫ // 148 //

መግቢያ

ታዋቂው የግሪክ ፈላስፋ ሄራክሊተስ (Heraclitus) ከሚታወቅባቸው አባባሎች መካከል፣ "በአለም ላይ የማይለወጥና ቋሚ የሆነ ነገር ቢኖር የለውጥ እውነታ ነው" የሚለው ይገኝበታል፡፡ ይህ ፈላስፋ በዓለማችን ላይ እንደነበሩና አሁንም እንዳሉት ፈላስፋዎች አወዛጋቢ የሆኑ አመለካከቶች ነበሩት፡፡ በዚያው መጠን ደግሞ አስተሳሰባችንን የሚሞግቱ ሃሳቦችንም በመሰንዘር ይታወቃል፡፡

ሄራክሊተስ ከተናገራቸው ሀሳብ-ጫሪና አስገራሚ አባባሎች መካከል አንዱ እንደዚህ የሚል ነው፡- "በአንድ በሚፈስ ወንዝ ውስጥ ከአንድ ጊዜ በላይ ማቋረጥ አትችልም"፡፡ ይህ አባባሉ ሲተነተን፣ አሁን በእግሮችህ ተራምደህ የገባህበት ወንዝ አልፏል፡፡ ስትገባበት የነበረው ውኃ ቀጥሎ ለሚፈስሰው ውኃ ስፍራውን ለቆ በመሄዱ ምክንያት ተመልሰህ ብታቋርጥ ሌላ ውኃ ነው የምታገኘው፡፡ ወንዙ አንድ ነው፣ ውኃው ግን የተለያ ነው፡፡ ፍሰቱ ተመሳሳይ ነው፣ ወንዙ ይዞት የሚመጣው ነገር ግን የተለያየ ነው፡፡ የአፈሳሰሱ ሂደት ያው ነው፣ የፈሰሰው የውኃው አካል ግን ሌላ ነው፡፡

በአጭሩ ወደተግባራዊነት ሲወርድ፣ ሄራክሊተስ ሊነግረን የፈለገው፣ የምንኖርበት ዓለም ካለማቋረጥ የሚለወጥ ዓለም ነው፡፡ ልክ የቀደመው ውኃ አልፎ ለሚቀጥለው ስፍራውን እንደለቀቀ፣ ሕይወትም በዚሁ መልኩ በለውጥ የተሞላች ነች፡፡ አንዱ ይሄዳል፣ ሌላው ይተካል፤ ያኛው ያልፋል ይህኛው ይመጣል፡፡ እንደዚህ በመሰለው የማያቋርጥ ሂደት ውስጥ የእለቱ ለውጥ አዳዲስ እድሎችን ይዞ ይመጣል፡፡ ከእነዚህ እድሎች ጋር ደግሞ የመምረጥ እውነታ መምጣቱ አይቀርም፡፡

አንድ ነገር አትርሳ፣ ሳታድግ ልትለወጥ ትችላለህ፣ ሳትለወጥ ግን ልታድግ አትችልም፡፡ በመለወጥ ውስጥ የሚመጣ እድገት ደግሞ አልፈሃቸው ልትሄድ ለማትችላቸው አዳዲስ ምርጫዎች ይጋብዝሃል፡፡ ስለሆነም፣ ትክክለኛ የምርጫ ሂደትን ለመገንዘብ ራስህን ማዘጋጀት የግድ ይሆናል፡፡

ምርጫና ውሳኔ / Choices and Decisions

ከዚህ በፊት ምናልባት በርካታ መጽሐፍቶችን አንብበህ ይሆናል። ይህንን በእጅህ የያዝከውን መጽሐፍ ቀድሞ ካነበብካቸው መጽሐፍቶች ለየት የሚያደርገው ሁኔታ ግን የየእለት ሁኔታህን በቀጥታ የሚነካን ሃሳብን በማቀፉ ነው። ይህ ሃሳብ “ምርጫ” ይባላል። በሕይወትህ የምታደርጋቸው ነገሮች በሙሉ በዚህ መጽሐፍ ውስጥ በሰፊው ከተብራራው ምርጫ ከተሰኘው ሃሳብ ጋር የተነካኩ ናቸው። ስለዚህም፣ ይህንን መጽሐፍ ለማንበብ በመወሰንህ ጥሩ ምርጫን መርጠሃል።

ስለዚህም፣ የዚህ መጽሐፍ ዋና ዓላማ በሕይወታችን በፍጹም ሊለየን የማይችለውን “ምርጫ” የተሰኘውን ሃሳብ ለአንባቢው ማስገንዘብ ነው። “ምርጫ” የተሰኘውን ሃሳብ “ውሳኔ” ከሚለው ተመሳሳይ ሂደት ጋር በማነካካት እንመለከታለን። ምክንያቱም ምርጫ ካለ ውሳኔ ስለሚከተል ማለት ነው። ስለዚህም የምርጫንና የውሳኔን ሃሳቦች በማያያዝ እንዳስሳለን።

ምርጫ ሁል ጊዜ ውሳኔን ይቀድማል። አንድ ሁኔታ ሲገጥመን ሁኔታውን በሚገባ ካጤንን በኋላ ለዚያ ሁኔታ ልንሰጠው የምንፈልገውን ምላሽ የመምረጥ ሂደት ውስጥ እንገባለን። ይህንን የምርጫ ሂደት በሚገባ ካብላላን በኋላ ወደ ውሳኔ እናልፋለን። ስለዚህ ውሳኔአችን ትክክለኛ እንዲሆን በመጀመሪያ ምርጫችን መስመር ውስጥ መግባት አለበት።

መጽሐፉ በሶስት ዋና ዋና ክፍሎች ይከፈላል።

ክፍል አንድ

ይህ የመጽሐፉ የመጀመሪያ ክፍል፣ የምርጫን መሰረታዊ ሃሳብ መተርጎምና ጽንሰ-ሃሳቡን አስመልክቶ ሰፊ ትንታኔን የመስጠት ዓላማ አለው። በዚህ ክፍል ውስጥ ስለ ምርጫ ትርጉምና መሰረታዊ ሂደት፣ እንዲሁም ደግሞ የተለያዩ የምርጫ ገጽታዎችን አስመልክቶ ግንዛቤን እንጨብጣለን።

ክፍል ሁለት

በዚህ ክፍል ውስጥ በሕይወታችን ወሳኝ የሆኑ የምርጫ አይነቶችን አንድ በአንድ በመዘርዘር በምን መልኩ መያዝ እንደሚገባን እንመለከታለን፡፡ የሕይወትን ዓላማ ከመምረጥ ጀምሮ እስከ ትምህርት ዘርፍ፣ የቅርብ ጓደኛና የመሳሰሉት መርጫዎችን በትነን እንመለከታለን፡፡

በሶስተኛው ክፍል

በዚህ የመጽሐፉ የመጨረሻ ክፍል ውስጥ በየእለቱ የሕይወት ዘይቤን የመምረጣችንን እውነታ እንመለከታለን፡፡ እነዚህ የየእለት የሕይወት ዘይቤ ምርጫዎች ደግሞ በሌሎቹ ዋና ዋና የሕይወት ምርጫዎቻችን ላይ በምን መልኩ ተጽእኖ ሊያሳድሩ እንደሚችሉ በሰፊው እንመለከታለን፡፡

"የወደፊትህን የሚወስነው ምርጫ እንጂ እድል አይደለም" – Jean Nidetch

መልካም ንባብ!

… ክፍል አንድ

የምርጫን ባህሪይ መገንዘብ

1

አማራጭ የሌለው ምርጫ

ምርጫን አስመልክቶ ያለህ አማራጭ አንድ ብቻ ነው፡- የመምረጥን መንገድ መምረጥ ወይም ደግሞ ያለመምረጥን መንገድ መምረጥ፡፡ አንደኛህን በምርጫ ላይ ያለህን ግንዛቤ በማዳበር የማይቀርልህን የምርጫ ኑሮ መጋፈጡ ጠቃሚ ነው፡፡

ከጥቃቅኖቹ አንስቶ ወሳኝ የሆኑትን ጨምሮ በየቀኑ ከሰላሳ አምስት ሺህ ያላነሱ ውሳኔዎችን አስበንና አሰላስለን እንወስናለን ብለው የሚያምኑ አዋቂዎች አሉ (ምንጭ፡- http://www.thinkingbusinessblog.com/2016/01/21/you-make-35000-decisions-a-day-how-to-ensure-theyre-excellent/)፡፡ ምንም እንኳን ቁጥሩ አከራካሪ ቢሆንም በየቀኑ በሺህ የሚቆጠሩ የምርጫና የውሳኔ ሁኔታዎችን በአእምሮአችን ውስጥ እንደምናስተናግድ ሁሉም የሚስማማበት እውነታ ነው፡፡ ስለሆነም ሕይወት በምርጫ የተሞላች ሂደት ነች፡፡

ጠዋት በስንት ሰዓት ከመኝታዬ ልነሳ? ከሚለው ውሳኔ አንስቶ፣ ምን አይነት ምግብ ልመገብ? የትኛውን ልብስ ልልበስ? ዛሬ ጊዜዬን ከማን ጋር ላሳልፍ? ዛሬ ከስራ ውጪ ያለኝን ጊዜ በምን ላይ ላውለው? በስንት ሰአት እቤቴ ልግባ? … እያለ በየደቂቃዎቹ ወደእኛ የሚመጡት ምርጫዎችና ውሳኔዎች ብዛት እጅግ በርካታ ናቸው፡፡ ማንኛውንም ውሳኔ ለማስተላለፍ ደግሞ “ምርጫ” በተሰኘው ሂደት ውስጥ ማለፋችን የማይቀር ጉዳይ ነው፡፡

ምርጫና ውሳኔ / Choices and Decisions

ስለዚህ ምርጫና ውሳኔ የማይለያዩ አጋሮች ናቸው ብንል አንሳሳትም፡፡ ከእነዚህ በሺህ ከሚቆጠሩት የየዕለት ውሳኔያችን መካከል አንዳንዶቹ እጅግ ቀላልና በሕይወታችን ላይ ምንም ለውጥን የማያስከትሉ ሊሆኑ ይችላሉ፡፡ አንዳንዶቹ ደግሞ ቀለል ያለ ተጽእኖ ሊኖራቸው ይችላል፡፡ አልፎም፣ መካከለኛና ከባድ ተጽእኖም የሚያስከትሉ ምርጫዎች አሉብን፡፡ አንዳንዶቹ ምርጫዎቻችንና ውሳኔዎቻችን ልንወጣው የማንችለውንና ዘመናችንን ሁሉ ሲከተለን የሚኖርን ውጤት ሊያስከትሉ ይችላሉ፡፡ እንዲያውም አንዳንድ ጊዜ ከእኛ የግል ሕይወት አልፈው ሌሎችን ሰዎችም የሚነኩ ምርጫዎች እንዳሉን እሙን ነው፡፡

ከላይ ከተገለጸው ሃሳብ መገንዘብ እንደምትችለው፣ ከውልደትህ እስከ እለተ-እረፍትህ ከአንተ ጋር አብረው ከሚኖሩ እውነታዎች መካከል "ምርጫ" አንዱ ነው፡፡ የምርጫ አይነቶች ደግሞ በተጽእኖና በክብደት ይለያያሉ፡፡ ከባባድ ምርጫዎቻችን የተሳኩ ሲሆኑ የደስታና የስኬት ምክንያት ይሆኑልሃል፡፡ በተቃራው ደግሞ ምርጫዎችህ የተሳሳቱ ሲሆኑ የጭንቀት፣ የፍርሃት፣ የግራ መጋባት የጸጸትና የሃፍረት ምክንያት ሊሆኑብህ ይችላሉ፡፡ ለዚህ ነው የምርጫ ጉዳይ በጣም ሊያሳስበንና በጥንቃቄ ልንይዘው የሚገባን፡፡

ከዚህ በታች በተገለጸው መልክ የምርጫዎቻችንን የተጽእኖ ደረጃ ማስላቱ ለውደፊቱ ስለምንወስዳቸው ምርጫዎች በሚገባ እንድናስብበት ይደግፈናል፡፡

አናሳ ውጤት ያላቸው ምርጫዎች

ቀደም ብለን ጠቃቅሰን እንዳለፍነው የአንዳንድ ምርጫዎቻችን ውጤት እጅግ አናሳ ነው፡፡ ለምሳሌ፣ የእረፍት ቀኔን እቤት በማሳለፍ ወይም ሰዎችን በመጠየቅ መካከል አንዱን ብመርጥ ውጤቱ አናሳ ሊሆን ይችላል፡፡ እነዚህ አናሳ ውጤት አላቸው ብለን የምናስባቸው ምርጫዎች በሚገባ ካልታሰበባቸው፣ ምንም እንኳን የጠለቀ ችግር

የማያስከትሉ ቢሆኑም፣ ቀስ በቀስ በራሳችንና በምርጫ ብቃታችን ላይ ባለን አመለካከት ላይ ተጽእኖ ሊያሳድሩ ይችላሉ፡፡

መጠነኛ ውጤት ያላቸው ምርጫዎች

መጠነኛ ውጤት ያላቸው ምርጫዎች ብዙም ባይጎዱንም በቀላሉ የሚታዩ ምርጫዎች አይደሉም፡፡ ለምሳሌ፣ የመጀመሪያ ዲግሪዬን ካጠናቀኩኝ በኋላ ለሁለተኛ ዲግሪ ከመማሬ በፊት አንድ አመት የእረፍትና የስራ ጊዜ ለመውሰድ መወሰን ውጤቱ መጠነኛ ሊሆን ይችላል፡፡ በዚህ መጠነኛ ውጤት ባላቸው ምርጫዎች ዙሪያ በርካታ ውሳኔዎችን በየእለቱ እናደርጋለን፡፡ ልክ አናሳ ውጤት እንዳላቸው የምርጫ አይነቶች በጥንቃቄ ካልተያዙ ሊጠራቀሙና ስኬታማነታችንን ሊጎዱት ይችላሉ፡፡

እድሜ ልክ የሚከተሉ ምርጫዎች

የአንዳንድ ምርጫዎቻችን ውጤቶች እድሜ ልካችንን ስንሸከማቸው የምንኖራቸው ውጤቶች ናቸው፡፡ ለምሳሌ፣ ትምህርትን በመቀጠልና ባለመቀጠል አቅጣጫ፣ የትዳር ጓደኛን አመራረጥ፣ ከጋብቻ በፊት ከፍቅረኛ ጋር የሚኖር የግንኙነት ገደብና የመሳሰሉት ምርጫዎች የእድሜ ልክ ተጽእኖ አላቸው፡፡ በእነዚህ ምርጫዎች ዙሪያ ብዙም ሳያስቡበት በቀላሉ የሚራመዱ ሰዎች የእድሜ ልክ ሸክምን ይረከባሉ፡፡

ለትውልድ የሚያልፉ ምርጫዎች

በዚህ ክፍል የሚመደቡ ምርጫዎቻችን በእኛ ውሳኔ ምክንያት ለልጆቻችን የሚተርፍ መዘዝ፣ ምናልባትም በአመራር ውስጥ ካለን ሕብረተሰብን የሚያበላሹ ምርጫዎች ናቸው፡፡ ለምሳሌ፣ በትዳር ውስጥ ታግሰና ተቻችሎ ከመኖር ይልቅ ለፍቺ መፍጠን፣ እንዲሁም በሕብረተሰብ አመራር ውስጥ ለግል ጥቅም በማለት ዘረኝነትን የማስፋፋት፣

በሕዝብ ላይ አጉል የመሰልጠንና የመሳሰሉት ምርጫዎች መዘዝ ሕብረተሰብ ላይ መዘዝ ይዞ መከረሙ አይቀርም፡፡

ከላይ የተጠቀሱትም ሆነ ሌሎች የምርጫ ዘርፎች እንድንከተል የሚደርጉ ሁኔታዎች መኖራቸው ግልጽ ነው፡፡ በወቅቱ ያለንበት ሁኔታችን ካልተመቸን ለምርጫ እንድንቸኩል ወይም አጉል እንድንዘገይ ሊያደርገን ይችላል፡፡ ምቹ ያልሆነ ስሜት ከሚሰጠን ግፊት የተነሳ የምንወስናቸው ውሳኔዎችና ምርጫዎቻችን ሰበብ የሚታወቀን ቆየት ብለን ከተረጋጋን በኋላ ነው፡፡ የሚታየን ከጊዜው ምቾት የሚያሳጣ ስሜት የመውጣታችን ሁኔታ ስለሆነ ማለት ነው፡፡

በምርጫና በውሳኔ ስህተት ውስጥ አልፎ፣ በልምድና ወድቆ በመነሳት መማር የተለመደና ጠቃሚ ጎን ያለው ሁኔታ ነው፡፡ ሆኖም ዘወትር እየተሳሳቱ በመማር ውስጥ ያለውንም ችግር አብረን ልናስብበት ይገባናል፡፡ በስህተት ጊዜ የምንለቃቅማቸው አንዳንድ ልማዶች፣ የስሜት ቀውሶችና ጠባሳዎች ከግምት ውስጥ ሊገቡ ይገባቸዋል፡፡

የምርጫ ሃቆች

አንደኛ ሃቅ

ከምርጫ ተለይተህ ኖረህ አታውቅም፣ ወደፊትም አትኖርም፡፡ ስለዚህ፣ አንደኛህን ይህ ፈጽሞ “ይለፈኝ” ብለህ ልታሳልፈው የማትችለውን የምርጫ እውነታ በመጋፈጥ ትክክለኛ የምርጫን ጥበብ የማዳበርን ጉዳይ ልታስብበት ይገባል፡፡ የምርጫን ጉዳይ በሚገባ አለማሰብና ተገቢን የምርጫ ጥበብ አለማዳበር ምንም እንኳን ከአንተ ጋር የሚነካኩትን ሰዎች የሚነካ ጉዳይ ቢሆንም፣ ዋናው ጉዳት ያለው ግን አንተው ጋር ነው፡፡

ሁለተኛ ሃቅ

አንድን ነገር አልመርጥም ብትል እንኳን ያለመምረጥን ምርጫ በመምረጥህ ምክንያት ከምርጫ ያመለጥክ እንዳይመስልህ። ስለዚህ፣ በመምረጥ ምርጫም ሆነ ባለመምረጥ ምርጫ ውስጥ የሚከተል ውጤት መኖሩን አስብና የምታደርገውን አምነህበት አድርግ። የመምረጥም ሆነ ያለመምረጥ ምርጫዎች ለሚያስከትሉብህ ተያያዥ የሆኑ ውጤቶች የመዘጋጀትና ያለመዘጋጀት ምርጫው የአንተው ነው።

ሶስተኛ ሃቅ

አለመምረጥን ከመረጥክ በሰዎች ወይም በሁኔታዎች ይመረጥልሃል። በዚህ ዓለም ላይ ሳይመረጥ የሚተውና የሚቀር ነገር የለም። በግልህ ሕይወትህ ላይ እንኳ የምርጫህና የውሳኔህ ጉዳይ ላይ ንቁ ተሳትፎ ካላደረክ ሌሎች የመረጡልህን መቀበልህና መኖርህ አይቀርም። በዙሪያህ እነሱ ባልመረጡት የግል ጉዳያቸው ላይ ሌሎች መርጠውላቸው የዚያን ፍሬ በመነጫነጭ የሚያጣጥሙ ሰዎች ለምሳሌነት ሞልተውልሃል።

አራተኛ ሃቅ

ምርጫህ በሕይወትህ አቅጣጫ ላይ እጅግ ወሳኝ የሆነ ጉዳይ ነው። ዛሬ የምትኖረው የኑሮ ሁኔታ ከትናንትናው ምርጫህ ጋር ይገናኛል። የዛሬው ምርጫህ ደግሞ የነገው ሕይወትህን ይወስናልና በሚገባ አስብበት። መኖር መለወጥ ነው። ከመኖር ጋር የሚመጣ ለውጥ ደግሞ ውስጣዊ ማንነትን፣ ውጫዊ አካልንና እንዲሁም በዙሪያችን ያሉ ሰዎችንና ሁኔታዎችን የሚጠቀልል ጉዳይ ነው። የእነዚህ ሁኔታዎች መለወጥ ከዚያው ጋር አዳዲስ ምርጫዎችን ይዞ ይመጣል።

አምስተኛ ሃቅ

የሚሆንብህን መምረጥ ባትችልም እንኳን ለሆነው ነገር የምትሰጠውን ምላሽህ መምረጥ ትችላለህ። አንዳንዶቹ ምርጫዎች ከአንተ ቁጥጥር ውጪ ቢሆኑም፣ ለዚያ ሁኔታ

የምትሰጠውን ምላሽ የመምረጥ መብቱ ግን አንተው ጋር ነው፡፡ ይህ እውነታ በሕይወትህ የሚከሰቱትን ገጠመኞች በተገቢው ሁኔታ እንድትይዛቸው ታላቅ ምርጫንና እድልን ይሰጥሃል፡፡

ስድስተኛ ሃቅ

አማራጭ በበዛ ቁጥር የስሜት ቀውስና ግራ መጋባትም እንዲሁ ይበዛል፡፡ የምርጫን ሁኔታ እያጠበብከውና ከዋናው የሕይወትህ ዓላማ ጋር በመቃኘት ሰብስብ ብለህ ካልኖርህ ስሜትህ መዛባቱ አይቀርም፡፡ በሌላ ክፍላችን በሚገባ እንደምንመለከተው የምርጫ ጉዳይ ከብዙ የስሜት ሁኔታዎች ጋር የሚገናኝ ጉዳይ ነው፡፡

ሰባተኛ ሃቅ

በአንዳንድ በማታውቃቸውና ፈጽሞ ከአቅምህ በላይ በሆኑ ሁኔታዎች ላይ ሌሎች ሰዎች እንዲያግዙህ፣ አንዳንድ ጊዜም እንዲመርጡልህ ከመልቀቅ ውጪ ሌላ ምርጫ ላይኖርህ ይችላል፡፡ በሕይወትህ እርግጠኛ ያልሆንክባቸው የምርጫ ሁኔታዎች መኖራቸው ጤናማ ጉዳይ ነው፡፡ ማድረግ ያለብህ ታማኝና ጨዋ መካሪ አጠገብህ ማድረግ ነው፡፡ ምርጫንና ውሳኔን ለማድረግ የምትሰማውንም ምንጭ ግን በጥንቃቄ መምረጥ አስፈላጊ ነው፡

2

ሶስቱ የምርጫ እውነታዎች

ከሕይወት ታላላቅ ብልሃቶች አንዱ በምርጫህ ክልል ውስጥና ከምርጫህ ክልል ውጪ የሚገኙትን ጉዳዮች ለይቶ የማወቅ ብልሃት ነው፡፡ አንዳንዶቹ የሕይወትህ ሁኔታዎች ከምርጫህ ክልል ውጪ ስለሆኑ የትኩረት ለውጥ ያስፈልግህ ይሆናል፡፡

ምን አይነት ስልክ በእጅህ እንዳለ ባላውቅም፣ ምናልባት በአሁን ዘመን እንደተለመደው “ስማርት” (Smart) ስልክ ይኖርሃል ወይም ስለዚህ አይነቱ ስልክ ባህሪይ ታውቃለህ ብዬ እገምታለሁ፡፡ ይህ ስልክ የሚሰጠንን ምርጫ እንደምሳሌ እንውሰደው፡፡

ይህ ስልክ በእጅህ ሲገባና ለመጠቀም ስትዘጋጅ የስልኩን ባህሪይ አስመልክቶ አንዳንድ እውነታዎችን ወደመገንዘብ ትመጣለህ፡-

1. ልንቀይረው የማንችለው በአምራቾቹ የተመረጠልን የስልኩ ባህሪይ አለ፡፡
2. ስልኩን መጠቀም ስንጀምር ተመርጦ የተዘጋጀልን፣ ነገር ግን እንደ ምርጫችን ልንለውጠው የምንችለው የስልኩ ሁኔታ አለ፡፡
3. ሙሉ ለሙሉ በእኛ ውሳኔ ውስጥ ያለ የስልኩ ሁኔታ አለ፡፡

በእነዚህ ከላይ በተጠቀሱት የምርጫ ሁኔታዎች መካከል መለየት የትክክለኛ ምርጫ ሂደትን እንድንገነዘበው ይረዳናል፡፡ በእጅህ ያለው “ስማርት” (Smart) ስልክ ብዙ

ምርጫዎችን ይሰጥሃል፡፡ ሆኖም፣ ምንም እንኳን ብዙ ምርጫ ቢኖርህም አንዳንዱ የስልኩ ሁኔታ ተወስኖና “ተጭኖበት” የመጣ ጉዳይ ነው፡፡ ስልኩ የሚሰጥህ የምርጫ እድል እንደተጠበቀ ሆኖ፣ እነዚያን ተወስነውና “ተጭኖበት” የመጡትን ቅድመ-ሁኔታዎች ከመቀበል ውጪ ምርጫ አይኖርህም፡፡ ከዚህ ተወስኖልህና ተመርጦልህ ከመጣው ምርጫ ነጻ የምትወጣው ስልኩን መጠቀምን የመተው ምርጫን ስትወስድ ብቻ ነው፡፡

የዚህን ከላይ የጠቀስነውን የስልክ ባህሪይ ከምርጫ አንጻር ወደግላችን አምጥተን ስንመለከተው የሕይወት ሂደትም ተመሳሳይ እንደሆነች ይጠቁመናል፡፡ እነዚህን በስልኩ ምሳሌ የተመለከትናቸው ሶስት እውነታዎች ወደግል ልምምዳችን በማምጣት አንድ በአንድ ብንበትናቸው በምርጫ ዙሪያ ያለንን ግንዛቤ ያሰፋልናል፡፡

1. የተመረጠልንና “የተቆለፈብን”

አንዳንዶቹ የሕይወታችን ሁኔታዎች ካለእኛ ተሳትፎ የተመረጡልን፣ መለወጥ የማንችላቸውና ልንቀበላቸው የሚገባን ምርጫዎች ናቸው፡፡ ለምሳሌ፣ በእጅህ ያለው ስልክ “ሳምሰንግ” ከሆነ ወደ “ኖኪያ” ወይም ወደ “አይፎን” ልትለውጠው አትችልም፡፡ በተመሳሳይ ሁኔታ የስልኩን ጥቅም ወደ ደም ግፊት መለኪያነት ልትለውጠውና ልታስፋፋው አትችልም፡፡ ይህ የስልኩ ሁኔታ ተመርጦና ተወስኖ ነው እጅህ የገባው፡፡ ያለህ አማራጭ ያንን ተወስኖ የመጣውን የስልኩ ባህሪይ ለጥቅምህና ለተሰራበት ዓላማ መጠቀም ነው፡፡

በተመሳሳይ ሁኔታ አንዳንዶቹ የሕይወትህ ሁኔታዎች የአንተ ተሳትፎና ፍላጎት ሳይጨመርባቸው ተመርጠው የቆዩህ ናቸው፡፡ ለምሳሌ፣ ዘርህ፣ የቆዳ ቀለምህ፣ የተወለድክበት ስፍራ፣ መልክህ ቁመናህና የመሳሰሉት ሁኔታዎች የዚህ ምርጫ ምሳሌዎች ናቸው፡፡ ከእነዚህ ሁኔታዎች አንዳንዶቹ በተፈጥሮ የተመረጡልህ፣ ሌሎቹ ደግሞ በሰዎች ውሳኔ አማካኝነት ተመርጠውልህና ተቆልፎባቸው የተቀመጡ ጉዳዮች

ናቸው:: እነዚህን በፍጹም ልትለውጣቸው የማትችላቸውን ቅድመ-ሁኔታዎች መታገል መዘዙ የሚታወቅህ የኋላ ኋላ ነው::

አንዳንድ ሰዎች በእነዚህ ሁኔታዎች አማካኝነት ስሜታቸው ሲቃወስ፣ ሲጸጸቱና መለወጥ የማይችሉትን ሁኔታ ሲታገሉ ዘመናቸውን ያቃጥላሉ:: የተመረጠልህንና ፈጽሞ ልትቀይረው የማትችለውን ሁኔታ በመለየት፣ በመቀበልና፣ ሁኔታውን ከዓላማህ አንጻር በመቃኘት መገስገስ በሕይወትህ ከምታደርጋቸው አንጋፋ ምርጫዎች መካከል አንዱና ወሳኙ ምርጫ ነው::

2. የተመረጠልንና ለምርጫችን የተተወልን

ይህ የምርጫ አይነት ቀደም ብለን ከጠቀስነው የምርጫ አይነት የሚለየው ከተመረጠልን በኋላ በራሳችን ምርጫ ሁኔታውን ለመቀየር በመቻላችን ነው:: ለምሳሌ፣ በእጅህ ወዳለው ስልክ ስንመለስ፣ በውስጥ የተጫኑትን "አፖች" መደምሰስ፣ አዳዲስ መጫን፣ አንዳንዶቹን መጠቀም፣ ሌሎቹን ደግሞ ያለመጠቀም፣ እንዲሁም የአሰራር ሂደታቸው እንደሚመችህ የመቀያየር ምርጫ አለህ:: ተመርጠውልህ ነው የመጡት፣ አንተ ግን ወደፈለከው አቅጣጫ ልትወስዳቸው የምርጫ ክፍተት ተሰጥቶሃል::

የሕይወትህም ሁኔታ የዚህ አይነቱን የምርጫ ገጽታ የያዘ ነው:: ተመርጠው የቆዩህ፣ ነገር ግን አንተ በራስህ ምርጫና ውሳኔ ከዓላማህና በወቅቱ ካለህ ግንዛቤ አንጻር ልትቀይራቸው የምትችላቸው ሁኔታዎች እንዳሉ ማስታወስ አለብህ:: እነዚህ ሁኔታዎች ምንም እንኳን ቀድመው ስፍራቸውን ይዘው ቢቆዩህም አንተ ግን እነዚያን ቅድመ-ሁኔታዎችና ምርጫዎች በመሞገት ከግልህ ፍላጎት ዓላማና የሕይወት ቅኝት አንጻር የማስተካከል መብቱ አለህ::

ለምሳሌ፣ ስማችንን፣ የምንኖርበትን ስፍራ፣ የመማርና ያለመማር ሁኔታና የመሳሰሉትን ሁኔታዎቻችንን ምንም እንኳን ሌሎች ሰዎች ቢመርጡልንም እኛ ግን በውሳኔአችንና በምርጫችን ለውጥን ማምጣት እንችላለን:: ሰዎች የሚወስኑልን ጉዳይ በአብዛኛው

ከራሳቸው አመለካከት፣ የግንዛቤ ደረጃና ብቃት ወይም ከግል ጥቅም ጋር የተያያዘ ነው:: አንዳንድ ጊዜ ደግሞ የቅርብ ወዳጆቻችንና ቤተሰቦቻችን እኛን የጠቀሙን መስሏቸው የተለያዩ ምርጫዎችን ይጭኑብናል:: ይህ መሰሉ ቅድመ-ምርጫ መንስኤው ያም ሆነ ይህ፣ ምርጫችንን የማስተካከል መብቱም ሆነ አቅሙ እንዳለን መዘንጋት የለብንም::

3. ሙሉ ለሙሉ ለግል ምርጫችን የተተወልን

ይህ የምርጫ አይነት ካለምንም ቅድመ-ተጽእኖ በየእለት ኑሮአችን የምንመርጣቸውን ምርጫዎችና ውሳኔዎችን አመልካች ነው:: ለምሳሌ፣ በእጅህ ካለው ስልክ ጋር ካለምንም እረፍት ማሳለፍ፣ ስልኩን ለተለያዩ ጤና ቢስ ልማዶች መጠቀምና የመሳሰሉት ሁኔታዎች የዚህን ምርጫ ባህሪይ ጠቋሚዎች ናቸው:: ምንም እንኳን ስልኩ የተለያዩ ቅድመ-ሁኔታዎች ወስኖልህ እጅህ ላይ ቢገባም፣ ከዚያ ስልክ ጋር ያለህን ግንኙነትም ሆነ ስልኩን አጠቃቀምህን አስመልክቶ ሙሉ ለሙሉ በአንተ ምርጫ ቁጥጥር ስር የሆኑ ጉዳዮች እንዳሉ መዘንጋት የለብህም::

ይህ በስልክ ምሳሌ የተመለከትነው የምርጫ ሁኔታ በሕይወትህ የሚገኙትን አንዳንድ የምርጫ ዘርፎች ጠቋሚ ነው:: አንዳንድ ምርጫዎች ሙሉ ለሙሉ በአንተ ቁጥጥር ስር ናቸው:: በየእለቱ ትነሳለህ፣ ምን ለማድረግ እንደምትፈልግ ታቅዳለህ፣ ከዚያም በዚያ እቅድ አንጻር ምርጫና ውሳኔን ታስተላልፋለህ:: ይህ አይነቱ የምርጫ ሂደት የሚሰጥህ ነጻነት ይህ ነው አይባልም:: በዚህ አይነቱ የምርጫ ገጽታ ውስጥ ተያይዞ የሚመጣው ሃላፊነትም የዚያንው ያህን ነው::

ለምሳሌ፣ የት ልኑር? ከማን ጋር ጓደኝነት ልጀምር? ማንን ላግባ? እጄ ላይ ያለውን ንብረት ምን ላይ ላውለው? እና የመሳሰሉት ጥያቄዎች ሙሉ ለሙሉ ምርጫችን የሆኑትን ሁኔታዎች ያመላክቱናል:: ስለዚህም፣ ከአስተዳደጋችን፣ ከአመለካከት ቅኝታችንና በወቅቱ ካለብን ግፊት የተነሳ ምርጫ እናደርጋለን፤ እነዚህ ምርጫዎች ደግሞ

የሕይወታችንን አቅጣጫ ይወስናሉ። ምንም እንኳ ከእኛ ተሳትፎ ውጪ የተመረጡልንና “የተቆለፉብን” የምርጫ ሁኔታዎች ያላቸው ተጽእኖ ቀላል ባይሆንም፣ ያለንን የምርጫ ጉልበት በተግባር ላይ በማዋል መሆንና ማድረግ የምንችለው ጥግ ድረስ የመጓዝ መብት አለን።

3

ሁለቱ የምርጫ ሂደቶች

ስለምርጫህ በሚገባ ማሰብና ትክክለኛ መስመር ውስጥ መግባት ከፈለክ "በልማድ" በምትመርጣቸው ነገሮችና በሚገባ "እስበህባቸው" በምትመርጣቸው ነገሮች መካከል ያለውን ልዩነት ማወቅ ይኖርብሃል፡፡

በማህበራዊ ሳይንስ (Social Science) ዘርፍ ውስጥ ያሉ አዋቂዎች አእምሮአችን ሁለት አይነት "የማስላት ሂደት" ("Cognitive systems") እንዳለው ይጠቁሙናል፡፡ አንዳንዶቹን ምርጫዎቻችንን የሚነዳቸው "ራስ-ሰር" የምርጫ ሂደት (Automatic system) ሲሆን፣ ሌሎቹን ምርጫዎቻችንን የሚነዳቸው ደግሞ "ስሌት-ተኮር" (እሳቤ-ተኮር) የምርጫ ሂደት (Deliberative and Reflective) ነው፡፡ በእነዚህ ሁለት ሂደቶች መካከል ያለውን ልዩነት መገንዘብ ለምናደርጋቸው ምርጫዎች ጠቃሚ መረጃዎችን ይሰጠናል (Sunstein, 2015, P. 27)፡፡

1. ራስ-ሰር የምርጫ ሂደት

ይህ የምርጫ ሂደት ብዙ የማሰብን ጥረት ስለማይጠይቅና ራስ-በራሱ ስለሚንቀሳቀስ ራስ-ሰር የምርጫ ሂደት (Automatic system) በመባል ይታወቃል፡፡ በየቀኑ ከምናደርጋቸው ምርጫዎችን ውሳኔዎች አብዛኛዎቹ በዚህ ዘርፍ እንደሚመደቡ ከአዋቂዎች እንሰማለን፣ የግላችንንም ልምምድ ስናጤነው ትክክለኛ እንደሆነ እናያለን፡፡

ይህ የምርጫ ሂደት ከልማድ ጋር የተነካካ ሂደት ነው፡፡ አንድን ነገር ለረጅም ጊዜ በማድረጋችን ምክንያት ውስጣችን ሲለምደውና ምንም ሳናስብበት የመምረጥና የመተግበር ሁኔታ ውስጥ ስንገባ ማለት ነው፡፡

ለምሳሌ፣ ጠዋት ተነስተን ሳናወጣና ሳናወርድ፣ እንዲሁም ደግሞ ምንም አይነት የውሳኔ ጥረት ሳናሳይ የምናደርጋቸው ነገሮች ከዚህ ይመደባሉ፡፡ ጠዋት ከቤት ከመውጣታችን በፊት ልብስ የመልበስን ጉዳይ ለዚህ አይነቱ ራስ-ሰር የምርጫ ሂደት እንደ ምሳሌ ልንጠቀምበት እንችላለን፡፡ ልብስ ሳልለብስ እንዳልወጣ ብለን ፕሮግራም በመያዝ ራሳችንን አናሳስበውም፡፡ ይህ ልማድ አብሮን የሚፈስ፣ ሳናወጣና ሳናወርድ የምንተገብረው ልማድ ነው፡፡

በየቀኑ የምንለማመደው ከፉ ልማድ ካለን፣ ካለምንም ሃሳብ ያንን ነገር እንመርጣለን፣ የአመለካከትና የልማድ ለውጥ ካላመጣን በስተቀር የሚነዳን ከልማዳችን የሚነሳው ምርጫ ነው፡፡ ስለዚህም፣ ይህንን የምርጫ ሂደት መስመር ውስጥ ለመክተትና ለጥቅሜ ለማዋል ከፈለኩኝ መስራት ያለብኝ የአስተሳሰብ ልማዴ ላይ ነው፡፡ አስተሳሰቤን፣ አመለካከቴንና ልማዴን ስቀይር ይህ ራስ-ሰር የሆነው የምርጫ ሂደቴ መልክ እየያዘ ይሄዳል፡፡

2. ስሌት (እሳቤ) - ተኮር የምርጫ ሂደት

ይህኛው የምርጫ ሂደት አስበንበት፣ አውጥተንና አውርደን ምርጫን የምንወስንበት ሂደት በመሆኑ ምክንያት ስሌት ወይም እሳቤ-ተኮር (Deliberative and Reflective) የምርጫ ሂደት በመባል ይታወቃል፡፡ ለምሳሌ፣ በቀን ውሎዬ ለመመገብ የምወስናቸው የምግብ አይነቶች ምን ሊሆኑ እንደሚገባ ካለኝ የገንዘብ አቅምም ሆነ ከጤንነቴ አንጻር አስቤበት ስመገብ እንደማለት ነው፡፡

በየዕለቱ አንድን ነገር ከማድረጌ በፊት ትርፍና ኪሳራዬን፣ እንዲሁም ጥቅሙንና ጉዳቱን አሰላስዬ የማደርጋቸው ነገሮች ከዚህ ክፍል ይመደባሉ፡፡ ይህንን የምርጫ ሂደት

መስመር ውስጥ ለመከተት ካስፈለገ የመምረጥ መብት እንዳለኝ መገንዘብ፣ ምርጫዎቹ የሚያስከትሉትን ውጤቶች በማወቅ መብሰልና ካለምንም ውጫዊና ጤና-ቢስ ተጽእኖ አስቤ የመወሰን መብቱም ሆነ አቅሙ እንዳለኝ ማወቅ አስፈላጊ ነው፡፡

ስለምርጫ ያለንን ግንዛቤ ሰፋ ለማድረግ የምርጫ ውጥረት ደረጃዎችን እግረ-መንገዳችንን ማሰቡ ጠቃሚ ነው፡፡ ምርጫ ካለ ውጥረት አለ፡፡ እነዚህ ሁለት ጉዳዮች በፍጹም ሊለያዩ አይችሉም፡፡ ማንኛው አይነት የምርጫ ዘርፍ ውጥረትን ይዞ ወደ እኛ ስለሚመጣ ሂደቱን አድካሚ ያደርገዋል፡፡ ስለዚህ ሶስቱን አይነት የምርጫ አይነቶች በደረጃቸው በማየት ግንዛቤአችንን ማስፋት አስፈላጊ ሆኖ እናገኘዋለን፡፡ ከዚህ በታች የተጠቀሱትን የምርጫ ደረጃዎች እንመልከት፡፡

ቀላል ምርጫ

በክፉና በመልካም ነገር መካከል መምረጥ

ሁለት ነገሮች በፊታችን ለምርጫ ሲቀርቡና፣ አንዱ ምርጫ ጤና-ቢስ፣ ሌላኛው ምርጫ ግን ጤናማ እንደሆነ በግልጽ በምናውቅበት ጊዜ ይህ ምርጫ ቀላል ከተሰኘው የምርጫ ዘርፍ ይመደባል፡፡ በፊታችን ከተቀመጡት ምርጫዎች መካከል የትኛው የሚጠቅመንንና መልካም፣ የትኛው ደግሞ የሚጎዳንና ክፉ እንደሆነ በግልጽ ስለምናውቀው ምርጫውን ቀለል ሊያደርገው ይችላል፡፡ ሆኖም፣ አንዳንድ ጊዜ ክፉና ደጉ በፊታችን በግልጽ ተቀምጠልን እንኳን ለመምረጥ እንቸገራለን፡፡ ይህ የሚሆንበት ምክንያት የመነሻ ሃሳባችን ሲዛባና አንዳንድ ስሜቶቻችን ሲያሸንፉን ነው፡፡

እዚህ ጋር፣ "ለምንድን ነው አንዳንድ ሰዎች ትክክል እዳልሆነ እያወቁት አንድን ምርጫ የሚከተሉት?" የሚልን ጥያቄ ልናነሳ እንችላለን፡፡ ምስጢሩ ያለው የስሜት ጨዋታ ላይ ነው፡፡ ስሜት ሲያይል ማድረግ የሌለብንን ነገር እንድናደርግ ወይም ደግሞ ማድረግ ያለብንን መልካም ነገር እንዳናደርግ ውስጣችንን ለማሳመን ከዚህም ከዚያም ብሎ ምክንያትን ይፈጥርልናል፡፡ ስለሆነም፣ ምንም እንኳን ምርጫችን ትክክል እንዳልሆነ

ብናውቀውም፣ የተዛባው ስሜታችንና አመለካከታችን ግልጽ የሆነን የምርጫ ስህተት እንድናደርግ ይገፋፉናል፡፡ ስለሆነም፣ ምንም እንኳን ይህ የምርጫ ዘርፍ “ጥቁርና ነጭ” ስለሆነ ለመወሰን ቀላል ቢሆንም ስሜትና አመለካከት ከተዛቡ ግን ከስህተት አናመልጥም፡፡

መጠነኛ ምርጫ

በሁለት “ክፉ” ነገሮች መከካል መምረጥ

ከላይ የጠቀስነው በክፉና በመልካም መካከል የሚደረግ ቀላል የምርጫ ሂደት ከተዛባና በትክክል ካልተመረጠ የሚቀጥለው ምርጫችን በሁለት “ክፉ” ነገሮች መካከል ይሆናል፡፡ ለምሳሌ፣ ጤና ቢስ ምግብን በመመገብና ባለመመገብ መካከል ባለን ምርጫ እያወቅን ጤና-ቢሱን ከመረጥን፣ ከሚከተለው የጤና ቀውስ የተነሳ አጣብቂኝ ምርጫ ውስጥ ልንገባ እንችላለን፡፡ ያኛው “ቀላል” ምርጫ በትክክል ባለመያዙ ምክንያት አሁን ምናልባት በሁለት ምቹ ባልሆኑ የሕክምና ምርጫዎች መካከል መምረጥ ሊኖርብን ይችላል፡፡ በሌላ አገላለጽ፣ በአንድ ጎኑ አንድ ጤናማ ነገር፣ በሌላ ጎኑ ደግሞ አንድ ጤና ቢስ ነገር ለምርጫ ቀርቦልን ሳለ፣ ከስሜትም ሆነ ከአመለካከት መዛባት የተነሳ ጤና ቢሱን ስንመርጥ የኋላ ኋላ በሁለት አስቸጋሪ ነገሮች መካከል ወደመምረጥ ግዴታ ውስጥ ይጨምረናል ማለት ነው፡፡

ከባድ ምርጫ

በሁለት መልካም ነገሮች መካከል መምረጥ

ለአንዳንድ ሰዎች ግር ቢልም፣ ከላይ ከተጠቀሱት የምርጫ አይነቶች ይልቅ ከበድ የሚለው የምርጫ አይነት፣ ሁለት መልካም ምርጫዎች በፊታችን ሲቀርቡ ነው፡፡ ይህ የምርጫ ሁኔታ ለብዙ ግራ መጋባት ሊዳርገን ይችላል፡፡ ምርጫችን በክፉና በደጉ መካከል ሲሆን ደጉን መምረጥ እንዳለብን ግልጽ ነው፡፡ ምርጫችን በሁለት ክፉ ነገሮች

መካከል ሲሆንና አጣብቂኝ ሁኔታ ውስጥ ስንገባ ደግሞ "የተሻለውን ክፉ" የመምረጣችን ሁኔታ ግልጽ ነው፡፡ ምርጫችን በሁለት መልካምና ምርጥ ነገሮች መካከል ሲሆን ግን ያለብን የምርጫ ጫና ቀላል አይሆንም፡፡ አንዳንድ ጊዜ በዚህ የምርጫ "ፍዘት" ውስጥ ስንሆን በግራ መጋባትና በመወላወል ምክንያት ብዙ አመታትን ልናቃጥል እንችላለን፡፡

ይህ ከላይ የጠቀስነው የምርጫ ደረጃ፣ ምርጫና ውሳኔ ምን ያህል ውስብስብ ሂደት እንደሆነ ጠቋሚ ነው፡፡ ለዚህ ነው በዚህ ርእስ ላይ በሚገባ ጥናት ልናደርግና ጥበቡንም ልናዳብር የሚገባን፡፡

ምርጫና ውሳኔ / Choices and Decisions

4

ነባር ምርጫ

ቀድሞ ሰዎችና ሁኔታዎች መርጠው ያቆዩህን ሁኔታ መሞገትና ከአንተ ዓላማና ማንነት ጋር የማይሄዱትን በመለየት በራስህ ምርጫ የመመራት ሕይወት ውስጥ እስከምትገባ ድረስ ነጻ የሆነን ሕይወት እየመራህ አይደለም።

በምእራፍ ሁለት ውስጥ ምርጫን አስመልክቶ ሶስት እውነታዎችን መዳሰሳችን የሚታወስ ነው። እነዚህ እውነታዎች፣

1) በሰዎችና በሁኔታዎች ተመርጠውልን ፈጽሞ ልንቀይራቸው የማንችላቸው ምርጫዎች፣
2) ተመርጠውልን፣ ነገር ግን ለእኛ የተተዉልን ምርጫዎች፣
3) ሙሉ ለሙሉ ለእኛ የተተዉልን የምርጫ ሁኔታዎች ናቸው።

እንግዲህ በምርጫ ከመነዳት ይልቅ እኛ ምርጫን የምንነዳውና ለጥቅማችን የምናውለው አይነት ሰዎች እንድንሆን የነባር ምርጫን ተጽእኖ መገንዘብ አስፈላጊ ነው።

ቀደም ሲል እንደተነጋገርነው ወደዚህ አለም ስንመጣም ሆነ በየእለቱ ወደ አንድ አዲስ ሁኔታ ስንገባ ነባር ምርጫዎች (Defaul Choices / Rules) ተመስርተው ይቆዩናል። ለእነዚህ ነባር ምርጫዎች የምንሰጠው ምላሽ እጅግ ወሳኝና ተጽእኖ አሳዳሪ ነው።

ለተጫነብን ነባር ምርጫ የምንሰጠው ምላሽ በሁለት ይከፈላል፡- 1) ፍዝ-ምርጫ (Inactive or Passive Choice)፣ እና 2) ንቁ ምርጫ (Active Choice) (ምንጭ፡- http://moreintelligentlife.com/story/david-foster-wallace-in-his-own-words.

1. ፍዝ የምርጫ ተሳትፎ

ይህ ፍዝ የምርጫ ተሳትፎ (Inactive or Passive Choice) በማለት የሰየምነው የምርጫ አይነት ቀድሞ ተመርጦ የቆየንን ሁኔታ አስመልክቶ የምንሰጠውን ቸልተኝነት የተሞላ ምላሽ ጠቋሚ ነው፡፡ ተመርጦ የቆየን ነገር አስመልክቶ ምንም አይነት አቋምም ሆነ ምላሽ ሳንሰጥ እንዲሁ እንዲንከባለል ስንፈቅድለት፣ “ባለመምረጥ መምረጥ” ወደተሰኘው ሕይወት እንገባለን፡፡ ይህ አይነቱ ዝንባሌ ያላቸው ሰዎች ነባር ምርጫዎችን በዝምታ የመቀበል ሁኔታ ይታይባቸዋል፡፡

2. ንቁ የምርጫ ተሳትፎ

ይህኛው ንቁ የምርጫ ተሳትፎ (Active Choice) ተመርጦ የቆየንን ሁኔታ ከራሳችን ዓላማ፣ ሁኔታና ምርጫ አንጻር ስናጤነውና ትክክለኛ ምላሽ ስንሰጠው የሚከሰት ነው፡፡ እንደዚህ አይነት ልምምድ ሲኖረን ከፍዝ መራጭነት ንቁ መራጭ ወደመሆን እንሸጋገራለን፡፡ ይህ አይነቱ ዝንባሌ ያላቸው ሰዎች በዝምታ የሚቀበሉትንና የማይቀበሉትን ነባራዊ ምርጫ የሚለዩ ሰዎች ናቸው፡፡ መለወጥ የሚችሉትንና የማይችሉትን በመለየት ትክክለኛውን ምላሽ በመስጠትም የታወቁ ናቸው፡፡

የነባራዊ ምርጫ ጉልበት

የእኛ ተሳትፎ ሳይጨመርበት ተመርጦ የቆየ ሁኔታ፣ “ነባር ምርጫ” በመባል ይታወቃል፡፡ ይህንን ነባር ምርጫ በማስቀመጥ ተጽእኖ የሚያሳድሩብን ሰዎች ደግሞ “የለውጥ መሃንዲሶች” (Change Engineers) የሚል ስያሜ ተሰጥቷቸዋል፡፡ (Sunstein, 2015, P. 5)፡፡

እነዚህ “የለውጥ መሃንዲሶች” በተለያዩ የሕይወት ዘርፎች አንጻር ቅድመ-ምርጫን በመወሰን ሰዎችን ወደዚያ የመሳብን ስራ በመስራት ሌት-ተቀን አያርፉም። ለምሳሌ፣ በንግዱ አለም፣ አንዱን ምርት ከመግዛት ይልቅ ሌላኛውን እንድትመርጥና እንድትገዛ ከፍተኛ ስነ-ልቦናዊ ብልህነት የተሞላውን ሂደት በመጠቀም ቅድመ-ምርጫን ያስቀምጡልሃል። የታዋቂ ሰዎችን ምርጫ ከዚያ ምርት ጋር በማነካካትና በመሳሰሉት አቀራረቦች በምርጫህ ላይ ተጽእኖን ለማሳደር የሞከሩበትን ሁኔታ ከዚህ በፊት አስተውለኸዋል ብዬ እጠረጥራለሁ።

እነዚህ “የለውጥ መሃንዲሶች” ነባር ምርጫን ሲያስቀምጡልን በምርጫ ላይ ቸልተኝነት ያላቸውን ሰዎች (ፍዝ-መራጮችን) በማሰብ ነው። አንድን ነገር ወደእኛ ሲያመጡት የመምረጥ መብት እንዳለን ጠቆም በማድረግ፣ ነገር ግን ነባር ምርጫን አጉልተው ያስቀምጡልናል። ያንን ምርጫ ብንከተል ሊሆንልን የሚችለውን መልካም ነገር፣ ወይም ደግሞ ካልመረጥነው ሊደርስብን የሚችለውን ችግር በብልጭታ በማሳየት አእምሮአችንን በመልእክታቸው ይደበድቡታል። በአመለካከታችንም ሆነ የመምረጥ መብታችንን በማወቅ ካልበሰልን በመጣው ሃሳብ ሁሉ መወሰዳችን የማይቀር ነው።

የነባር ምርጫን ተጽእኖና አስፈላጊነት አስመልክቶ በመጠኑም ቢሆን የተግባባን ይመስለኛል። እንግዲህ ሃሳቡን ሰፋ በማድረግ፣ “ነባር ምርጫን ለምን በቀላሉ እንቀበላለን?” የሚለውን ጥያቄ መመለሱ አስፈላጊ ነው። ከዚህ በታች፣ ምንም እንኳን የራሳችን ምርጫ እንዳለን የምናስብ ሰዎች ብንሆንም፣ ነባር ምርጫን እንድንቀበል የሚያደርጉንን ሁኔታዎች አንድ በአንድ እንመልከት።

1. **ፍዘት** (Inertia)

እስቲ አስበው፣ ተመርጦልን ፊታችን ድረስ የመጣውን ተቀብሎ ሕይወትን መቀጠል ይሻላል ወይስ ስለምርጫችን በሚገባ አስበን ሌላ ምርጫን ለመከተል መስራት? አየህ፣ መስመር ውስጥ የገባ ነባር ምርጫን ከመቀበል ይልቅ ያንን ተወት አድርጎ የራስን ምርጫ

መከተል መነሳሳትንና ሌላ ምርጫ መምረጥን ስለሚጠይቅ የተቀመጠልን ተቀብሎ መሄድ ሊቀል ይችላል፡፡ ስለዚህም አስበንበት ምርጫን ከመምረጥ ይልቅ ነባር-ምርጫን በመቀበል ወደመቀጠል እናዘነብላለን፡፡ ከላይ እንደጠቀስነው፣ ቀድሞ የተቀመጠልንን ወይም በሰዎች የቀረበልንን ነባር-ምርጫ ለመቀየር መነሳሳትን የሚጠይቅ ጉዳይ ነው፡፡

በሌላ አገላለጽ ያንን የተቀመጠልንን ቅድመ-ምርጫ መቀበል ቀላልና አንድ ምርጫ ሲሆን፣ ሌላ የመምረጥ እርምጃ ለመውሰድ መወሰን ግን ሁለት የምርጫ ሂደቶችን ያካተተ ነው፡- አንዱ ቅድመ-ምርጫውን ያለመቀበል ሁኔታ ሲሆን፣ ሁለተኛው ደግሞ ሌላ ምርጫን የመምርጥ ሂደት ነው፡፡ ይህንን ላለማድረግ ግን ፍዘት እና ወላዋይነት ሊያጠቃን ስለሚችል የተቀመጠልንን ነባር-ምርጫ ተቀብለን መሄድ ይቀለናል፡፡

2. የመረጃ እጥረት

አለማወቅ ታላላቅ የምርጫ ጠንቆች ናቸው ከሚባሉት እንቅፋቶች ቀንደኛው ነው፡፡ ሰዎች ነባር ምርጫን ሲመለከቱ በእውቀትም ሆነ በልምምድ ከእነሱ የላቁ ሰዎች ያንን እንደመረጡትና የመረጡበትም አንድ ጠቃሚ ምክንያት ሊኖራቸው እንሚችል ስለሚያስቡ ያንኑ መከተልን ይመርጣሉ፡፡ “በሊቆች” የተመረጠላቸውን ትተው የራሳቸውን ለመምረጥ የሚያበቃ በቂ መረጃ ከሌላቸው የራሳቸውን “ለአደጋ” የሚያጋልጥ ወይም አንድን ጥቅም የሚያስቀርባቸው የሚመስላቸውን ምርጫ ይፈሩታል፡፡

ሰዎች ነባር-ምርጫን ሲመለከቱ በእውቀትም ሆነ በልምምድ ከእነሱ የላቁ ሰዎች ያንን እንደመረጡትና የመረጡበትም አንድ ጠቃሚ ምክንያት ሊኖራቸው እንሚችል ስለሚያስቡ ያንኑ መከተልን ይመርጣሉ፡፡ በአዋቂዎች ወይም በሊቆች (“በኤክስፐርቶ”) የተመረጠላቸውን ትተው የራሳቸውን ለመምረጥ የሚያበቃ በቂ መረጃ ከሌላቸው ያንን “ለአደጋ” የሚያጋልጥ ምርጫ ይፈሩታል፡፡ በሌላ አገላለጽ፣ ሰዎች የሚፈልጉትንና የሚበጃቸውን በማያውቁበት ጊዜ ነባር-ምርጫን የመቀበል እድላቸው የሰፋ ነው፡፡

3. አንድን ነገር የማጣት ፍርሃት

በሰዎች ባህሪ ጥናት ውስጥ ጉልበት አላቸው ከሚባሉት ስነ-ልቦናዊ ስሜቶች መካከል “አንድን ነገር አጣለሁ የሚል ፍርሃት” ቀንደኛው ነው፡፡ በተለምዶ ነባር ምርጫን አለመከተል እንድንከስርና አንድን ነገር እንድናጣ የሚያደርገን ስለሚመስለን የተመረጠልንን በቀላሉ እንቀበላለን፡፡ በዚህ መጽሀፍ ስምንተኛው ምእራፍ ላይ በሰፊው እንደምንመለከተው ሰዎች በባህሪያቸው አንድን ነገር እንደሚያገኙ በማሰብ ከሚጓጉት ይልቅ አንድን ነገር የሚያጡ ሲመስላቸው በውሳኔያቸው ላይ ትልቅ ተጽእኖ አለው፡፡ ከተለመደውና ከተደላደለው ላለመውጣት የሚችሉትን ያደርጋሉ፡፡

ለምሳሌ፣ በወር 5ሺ ብር ደሞዝ የሚያገኝ ሰው ደሞዙን ከተቀበለ በኋላ 200 ብር በቁጠባ ሂሳብ ውስጥ አስቀምጥ ተብሎ ቢጠየቅ ፈቃደኛ ላይሆን ይችላል፡፡ ነገር ግን ቀድሞውኑ 200 ብር ከደሞዙ ላይ ለቁጠባ ዓላማ ተቆርጦ የሚሰጠው ከሆነ ያንን የመቀበል ዝንባሌ አለው፡፡

4. ሃላፊነትን መሸሽ

ነባር-ምርጫ በነበረበት እንዲቆይና እንድንቀበለው ከሚያደርጉን ሁኔታዎች መካከል ሃላፊነትን መሸሽ አንዱ ነው፡፡ አንዳንድ ሰዎች በግላቸው ከሚመርጡት ምርጫ ጋር የሚመጣውን ሃላፊነት ስለማይፈልጉት ነባር-ምርጫን መቀበልን ይመርጣሉ፡፡ ነባር ምርጫውን ያስቀመጡላቸው ሰዎች ምርጫ ስኬታማ ውጤት ካመጣላቸው ሊደሰቱ፣ ካልተሳካ ደግሞ መራጮቹን ሊወቅሱ የተዘጋጀ አመለካከት አላቸው፡፡ ሆኖም፣ ነባር ምርጫን መቀበል በራሱ ምርጫ ስለሆነ ማንኛውም ምርጫ (የአለመምረጥን ምርጫ ጨምሮ) ከሃላፊነት ውጪ አንድንሆን አያደርገንም፡፡

የምርጫንና የውሳኔን ጉዳይ ከሃላፊነት ውጪ ማሰብ በፍጹም የማይሞከር ጉዳይ ነው፡፡ ምርጫ ካለ፣ ውጤት አለ፡፡ ውጤት ካለ ደግሞ ለዚያ ምርጫን ተከትሎ ለመጣው ውጤት ሃላፊነትን የሚወስድ ሰው መኖር አለበት፡፡ ቀደም ሲል እንደጠቀስነው፣

እያንዳንዱ ተግባር ምርጫ ነው፡፡ ሃላፊነት ለመሸሽ የሚደረግም ነባር-ምርጫን ዝም ብሎ የመቀበል ሂደት በራሱ ምርጫ ነው - ውጤት ያለውና በሃላፊነት የሚያስጠይቀን ምርጫ!

5. አቀራረብ (Framing)

አንድን ነባር ምርጫ እንድንቀበል የሚፈልጉ ሰዎች ቀድሞውኑ እነሱ የመረጡልንንና እንድንቀበለው የፈለጉትን ምርጫ በጥሩ "ፍሬም" ያስቀምጡታል፡፡ ልክ አንድን ፎቶግራፍ በተለያዩ ፍሬሞች ውስጥ በማስቀመጥ ውበቱንና ሳቢነቱን መለዋወጥ እንደሚቻል ሁሉ፣ እነዚህም ሰዎች መልእክታቸውን ልንቀበለው በምንችለው መልኩ ያስቀምጡታል፡፡ አንድ የምግብ ውጤት በቀላሉ እንድንሸምት ከፈለጉ ስለምግቡ የሚገልጸውን ሃሳብ በጥንቃቄ የማስፈራቸውን ሁኔታ መመልከት እንችላለን፡፡ ለምሳሌ፣ አንድ ታሽጎ የመጣ ምግብ 10 በመቶ ብቻ ስብ (Fat) አለው ተብሎ ከሚቀርብ ይልቅ 90 በመቶ ከስብ የጸዳ (Fat free) ነው ቢሉን የመቀበሉ ዝንባሌ አለን፡፡

5

የነባር ምርጫ ምንጮች

ከአንተ ፈቃድ ውጪ የተመረጡልህንና ከአንተ ዓላማ ጋር የማይጣጣሙትን ምርጫዎች በመለየት አልፈህ ለመዝለቅ ከፈለክ ነባር ምርጫዎች ከየት አቅጣጫ እንደሚመጡ በማወቅ መብሰል የግድ ነው::

የምጣኔ ሃብት (ኢኮኖሚ) ተመራማሪዎች የሆኑት ካሪም እና ጂዮቫኒ (Kareem Haggag and Giovanni Paci) 13 ሚልየን የሚሆኑ የኒው ዮርክ (New York) ከተማ ታክሲ ተጠቃሚዎች ያላቸውን ልምምድና አመለካከት አስመልክቶ ጥናት በማድረግ መረጃዎችን አቀነባብረው ነበር:: ይህንን ጥናት ያደረጉት አንድ ነባር-ምርጫ በተጠቃሚዎች ላይ ያለውን ተጽእኖ ለማሳየት ነው::

እነዚህ ሰዎች ያደረጉት ጥናት በታክሲ ተጠቃሚዎች አካባቢ ነው:: የታክሲ ተጠቃሚዎች ለተጠቀሙበት የታክሲ አገልግሎት ዋጋ ከከፈሉ በኋላ ለታክሲው ሹፌሮች ስጦታ (ቲፕ) እንዲሰጡ በማሽኑ ላይ የሚቀመጠውን የመነሻ መጠን ከፍ ያደረጉ ካምፓኒዎች በአብዛኛው ያንኑ ሲያገኙ፣ ዝቅ ያደረጉ ካምፓኒዎችም በአብዛኛው ያንኑ በቅድመ-ምርጫ ያስቀመጡትን መጠን ያገኙ ነበር (Sunstein, 2015, P. 27)

አየህ፣ አንድ ሰው የታክሲ አገልግሎት ከተጠቀመ በኋላ ክፍያውን ሲፈጽም፣ በታክሲው ላይ በተገጠመው የክፍያውን መጠን በሚነግረው ቆጣሪ ማሽን ላይ በበጎ ፈቃድ

ጨምረው እንዲሰጡ የተጠቆመ "የቲፕ" መጠን አለ፡፡ አንድ ተጠቃሚ ለመክፈል በሚዘጋጅበት ጊዜ ይህንን ቀድሞ የተቀመጠ መጠን ሲመለከት በርካታ ተጠቃሚዎች የሚቀበሉትና የተለመደ እንደሆነ፣ ምናልባትም ያንን ሃሳብ ያቀረቡት አዋቂዎች ከብዙሃኑ ምርጫ አንጻር በትክክል ጥናት አድርገውበት እንዳቀረቡት ስለሚያስብ ያንን ቅድመ-ምርጫ የመከተል ዝናባሌ ይኖረዋል፡፡ ስለሆነም፣ የተጠቆመለትንና የተቀደደለትን መስመር መከተልን ይመርጣል፡፡

በተመሳሳይ ሁኔታ፣ ነባር ምርጫዎች በተለያየ መልኩና ቅርጹ ካለማቋረጥ ወደ እኛ ይመጣሉ፡፡ እነዚህ ተመርጠው የቆዩንና እንድንቀበላቸው ግፊት የሚያስከትሉብን ምርጫዎች በሚገባ ሊታሰብባቸው ይገባል፡፡ በሁኔታው ላይ በሰፊው እንድናስብበት ለመንደርደሪያ ያህል ከዚህ በታች የሚገኙትን የነባር ምርጫ አይነቶች በሚገባ እናጢናቸው፡፡

1. ተፈጥሮ ያስቀመጠው ምርጫ

ይህንን ሃሳብ ቅድመ-ምርጫን አስመልክቶ ከዚህ በፊት በተጠቀሱ ነጥቦች ውስጥ መጠቃቀሳችን የሚታወስ ነው፡፡ ለምሳሌ፣ ዘሬ፣ መልኬ፣ ቁመናዬ፣ የቆዳ ቀለሜና የመሳሰሉት ሁኔታዎች በተፈጥሮ ተመርጠውልኛል፡፡ ያለኝ ብቸኛ ምርጫ ያንን ሊለወጥ የማይችል ሁኔታ መቀበልና ለጥቅሜ ማዋል ነው፡፡ ይህንን እውነታ በመቀበል ትኩረታቸውን መለወጥ በሚችሏቸው የምርጫ አይነቶች ላይ የማያደርጉ ሰዎች ራሳቸው ለብዙ የስሜት ቀውስ ያጋልጣሉ፡፡

2. የለውጥ "መሃንዲሶች" የሚመርጡት ምርጫ

ቀደም ሲል እንደተገለጠው ፍዝ የሆነ የምርጫ ዝንባሌ ካለን፣ ያንን ዝንባሌያችንን ለመበዝበርና ለጥቅማቸው ለማዋል ሰዎች ቅድመ-ምርጫን ይጭኑብናል፡፡ እነዚህን ምርጫዎች መሞገትና በነቃ አእምሮ መከታተል የእኛ ሃላፊነት ነው፡፡ ሰዎች ከራሳቸው

ጥቅም አንጻር ምርጫን በእኛ ላይ የመጫን መብት አላቸው፡፡ ያንን የሰዎች ምርጫ የመቀበሉና ያለመቀበሉ ምርጫ ያለው ግን በእኛው እጅ ነው፡፡

3. **ማህበራዊ ምርጫ**

ቤተሰቦቻችን፣ ባህሉና የአካባቢው ልማድ ምርጫን ያስቀምጡልናል፡፡ ከእነዚህ ምርጫዎች መካከል አብዛኛዎቹ ጠቃሚ የመሆናቸው ሁኔታ አንጠራጠረውም፡፡ ሆኖም፣ የዚያንው ያህል ሕብረተሰቡ ዝም ብለን እንድንቀበላቸው የሚያስቀምጥልንና ከጥቅሙ ጉዳቱ የሚያመዝን ምርጫ እንዳለ በማሰብ እነዚህን ምርጫዎች መሞገትና በነቃ አእምሮ መከታተል የግድ ነው፡፡ ምናልባት ከቅድመ-ምርጫ ዘርፎች መካከል በሕብረተሰቡ ተጽእኖ አማካኝነት ወደ እኛ የሚመጣ የምርጫ ጫና ለመቋቋም ከባድና አስቸጋሪ ነው፡፡

4. **"ጥቅም - ተኮር" ምርጫ**

አንዳንድ ቅድመ-ምርጫዎች ለእኛው ጥቅም ተብሎ የሚመረጡ ምርጫዎች ናቸው፡፡ ለምሳሌ፣ ለእኛም ሆነ ለሕብረተሰቡ ጠንቅ የሚሆኑ ነገሮችን ከማስወገድም ሆነ ጥቅምን የሚሰጡትን ነገሮች ከማራመድ አንጻር መሪዎቻችንና ቤተሰቦቻችን ይመርጡልናል፡፡ እነዚህን ምርጫዎች ሞግተን የማስቀየር መብት ቢኖረንም እንኳ ያንን ማድረግ እስከምንችል ድረስ ግን "አብሮ መፍሰስ" አስፈላጊ ነው፡፡

5. **"አመለካከት - ተኮር" ምርጫ**

የሕይወትህን ዘይቤ፣ የምርጫህን ጥራትና ለመምረጥ የምትሰክንለትን አመለካከትህን አይተው ሰዎች ይመርጡልሃል፡፡ ለምሳሌ፣ ርካሽ ነገርን በሚወድ ህብረተሰብ ውስጥ ያሉ አስመጪዎች ርካሽ ነገር በማስመጣት ያቀርባሉ፡፡ ሌላ ምሳሌን ብንወስድ፣ በየእለቱ የምትጎበኛቸውን የድረ-ገጽ ልማድህን አይተው ፊትህ የሚደነቀሩትን ማስታወቂያዎች በመምረጥ አጥብበው ያቀርቡታል፡፡ ሰዎች የቅድመ-ምርጫ ጫና የሚያደርጉብህ ያለህን

አመለካከት በማጤን ስለሆነ ለውጥን ከራስህ አመለካከት የመጀመሩ ምርጫ ያለው አንተው ጋር ነው፡፡

6. የድርድር ምርጫ

አንድን ነገር ሊያሳቅፉህም ሆነ አንድን መንገድ እንድትከተል ሊያሳምኑህ የእንካ-በእንካ ግዳጅ ውስጥ በመከተት ሰዎች ይመርጡልሃል፡፡ አንድ እነርሱ የመረጡልህን ነገር ብትቀበል በምትኩ ሊሰጡህ የሚችሉት ጥቅም እንዳለ በማመላከት ያንን ቅድመ-ምርጫ እንድትቀበል ይገፋፉሃል፡፡ ትርፍና ኪሳራህን አይተህ፣ እንዲሁም ምርጫህ ስብእናህን የመንካቱንና ያለመንካቱን ሁኔታ በሚገባ አጢነህ ምርጫህን የመወሰን ሃላፊነት አለብህ፡፡

ፊ

የምርጫ ናዳ

ለሁሉም ነገር የተለያዩ ምርጫዎችን የሚያቀርብልህ ዘመን ውስጥ ትገኛለህ፡ በዚህ የምርጫ ባሕር ውስጥ ራስህን እንዳታገኘውና ከተለያዩ የስሜት ቀውሶች ምክንያት የተሳሳቱ ምርጫዎች ውስጥ እንዳትገባ መጠበቅ አስፈላጊ ነው፡፡

በታዋቂው ሃርቫርድ ዩኒቨርሲቲ በመታተም የሚዘጋጀው የHarvard Business Review (መጽሔት) በውሳኔ አሰጣጥ አምዱ ውስጥ "አንድ ነገር በበዛ ቁጥር የተሻለ ነው ማለት አይደለም" በሚል ሃሳብ ስር አመለካከታችንን የሚሞግት ጽሑፍ አስፍሯል፡፡ በዚህ ጽሑፍ ውስጥ እንደምሳሌነት ከሰፈረው ሃሳብ መካከል የገበያ ጥናት አዋቂዎች (Marketers) "ብዙ ምርጫን ለሸማቾች ባቀረቡ ቁጥር ሸማቾች የበለጠ የመግዛት እድላቸው የሰፋ ይሆናል" የሚል የተሳሳተ ግምት እንዳላቸው የሚጠቁመው ሃሳብ አንዱ ነው፡፡ ስለሆነም፣ ለምሳሌ፣ ሃምሳ አይነት የጂንስ ሱሪ ምርጫ ቢቀርብላቸው፣ ካላቸው የምርጫ እድል የተነሳ የመግዛት ሁኔታቸው ይጨምራል ብለው ያስባሉ፡፡

ጥናቱ ግን የሚያሳየው ተቃራኒውን እንደሆነ ይጠቁሙናል፡፡ ገበያተኞች ብዙ ምርጫ ያለበት ሁኔታ ውስጥ ራሳቸውን ሲያገኙት እንዲያውም ያለመግዛት ሁኔታ ነው የሚታይባቸው፣ ይላል ጥናቱ፡፡

ከላይ ከተጠቀሰው ጥናት ጋር ተመሳሳይነት ያለው ሌላ ጥናት እንደሚጠቁመው በርካታ የለስላሳና ሌሎችም የመጠጥ ምርጫዎችን የሚያቀርቡ ሱቆች ሁኔታው በገበያቸው ላይ አሉታዊ ተጽእኖ እንዳለው እንመለከታለን፡፡ ይህ "የምርጫ ናዳ" ያለው ተጽእኖ በመግዛትና ባለመግዛታችን ጉዳይ ላይ ብቻ ሳይሆን በእርካታችንም ላይ እንደሆነ ጥናቱ ያሳያል፡፡ ብዙ ምርጫ ካላቸው ሰዎች ይልቅ ጠባብ ምርጫ ያላቸው ሰዎች የበለጠ እርካታ እንዳላቸው ይጠቁሙናል፡፡ (ምንጭ፡-https://hbr.org/2006/06/more-isnt-always-better)፡፡

"የምርጫ ናዳ" ሰዎች በበርካታ ምርጫዎች ሲከበቡና ሲዋከቡ ለመምረጥ የመቸገር ሁኔታቸውን የሚጠቁም ሃሳብ ነው፡፡ ሰዎች በምርጫ ብዛት ግራ ሲጋቡ አንዱን ነገር የመምረጥ ትኩረታቸው ከመወሰዱም ባሻገር የተሳሳተ ምርጫን ወደመምረጥም ሊያዘነብሉ ይችላሉ፡፡ ቀደም ሲል ለመጥቀስ እንደሞከርነው የምርጫ ናዳ ሲበዛ ግራ መጋባት፣ መወላወል፣ ከትክክለኛ የምርጫ እርምጃ መቆጠብና የመሳሰሉት አሉታዊ ተጽእኖዎች ይኖሩታል፡፡ ከእነዚህ ሁሉ ቀንደኛ የሆነውና በሚገባ ልናስብበት የሚገባው ጉዳይ ለተሳሳቱ ምርጫዎች የመጋለጣችንን ሁኔታ ነው፡፡

ከዚህ በታች ከምርጫ ናዳ ጋር የሚነካኩ የተለያዩ ለተሳሳተ ውሳኔ የሚዳርጉንን ሁኔታዎች እንመለከታለን፡፡

1. በምናየው ነገር ብቻ መወሰድ

ለምርጫ ያለን ፍላጎት በጨመረ ቁጥር አቅራቢዎችም የሚያቀርቡትን ምርት ያበራክቱታል፡፡ ይህንን ሁኔታ የራሳችንን አመለካከት በመቃኘት ካልተቆጣጠርነው፣ ለምርጫ ራሳቸውን የሚያቀርቡት ሁኔታዎች ለመመረጥ ያላቸውን እድል ለማስፋት "እዩኝ እዩኝ" የሚልን አቀራረብ ይዘው መቅረባቸው የማይቀር ነው፡፡ ስለሆነም፣ ብዙ የጮኸውና ልቆ ያብለጨለጨው ቀልባችንን መሳቡ ጥያቄ የለውም፡፡

ከሚታየውና ከሚሰማው ጀርባ ያለውን እውነታ ለመለየት የሚያበቃንን አመለካከትና መረጋጋት ካላዳበርን ያየነውን ብቻ በመከተል በምርጫ ስህተት ውስጥ ራሳችንን እናገኘዋለን፡፡ ከመቼውም ጊዜ በበለጠ ሁኔታ በምናየውና ፊታችን በተደነቀረው ደማቅ ነገር ከመሳብ መቆጠብ ያለብን ዘመን ላይ ደርሰናል፡፡

2. በዓላማ ቢስ ሃሳብ መወሰድ

ምርጫችን ሁል ጊዜ ከዓላማችን ጋር ሊያያዝ ይገባዋል፡፡ አንድን ቤት ከገነባና አስፈላጊውን የቤት እቃ ካሟላ በኋላ ቤቱን በተለያዩ የቀለማት ውህደት ለማሳመር ቀለምን ወደ መቀባት ደረጃ የደረሰን ሰው ማሰብ እንችላለን፡፡ ይህ ሰው ቀለምን ለመግዛት ወደ ገበያ ሲሄድ የደመቁትንና ሞቅ ያሉትን የቀለማት አይነቶች ሸምቶ ቤቱ ቢሄድና ቤቱን ቢቀባ፣ ውጤቱ ምን እንደሆነ መገመት አያስቸግርም፡፡ ቤቱ ምን አይነት ቀለም እንዲኖረው እንደሚገባና፣ ከቤቱ እቃዎች፣ መጋረጃዎችና የመሳሰሉት ሁኔታዎች ጋር የሚሄዱ ቀለሞች በሚገባ ካልተመረጡ የሚታየው መዘባረቅ ለአይን አድካሚ ሊሆን ይችላል፡፡

ሕይወትም እንደዚሁ ነች፡፡ የምርጫዎቻችን "ቀለማት" ከዋናው የሕይወታችን ዓላማ "ቀለም" ጋር ካልተጣጣመ ፍጻሜው አያምርም፡፡ አንድ ነገር ስለሞቀና ስለደመቀ ብቻ ከመረጥነው በኋላ ቀድሞ ከነበረን የሕይወት ዓላማ ጋር ለማጣጣም መታገል ሊሞከር የማይገባው ስህተት ነው፡፡ ትናንሽ የሚባሉት ምርጫዎቻችን ሳይቀሩ ከዋናው የሕይወት ዓላማችን ጋር የመቃኘታቸው ጉዳይ አሳሳቢ ነው፡

3. በጊዜያዊ ጥቅም መወሰድ

ፍላጎታችንን በቀላሉ በሶስት ከፍለን ልንመለከታቸው እንችላለን፡፡ 1) የቅርብ ርቀት ፍላጎቶች፣ 2) የመካከለኛ ርቀት ፍላጎቶች፣ 3) የረጅም ርቀት ፍጎቶች፡፡ እንግዲህ ምርጫዎቻችን ከእነዚህ ፍላጎቶቻችን አንጻር ሊቃኙ ይገባቸዋል፡፡ አንዳንድ ጊዜ ምርጫችን በጊዜው የሚሰጠንን ጥቅም ብቻ ስንመለከት ከትክክለኛ የውሳኔ መስመር

ልንወጣ እንችላለን፡፡ በዚያ ምትክ የምርጫ ውሳኔያችን መነሳት የሚገባው ከረጅም ርቀት ፍላጎታችንና እቅዳችን ጋር ሊሆን ይገባዋል፡፡ ከዚያ ተነስተን ወደ መካከለኛውና ወደ ቅርብ ፍላጎቶቻችን እየሰበሰብን ስናጤነው የምርጫችንን ስእል በሚገባ ልንገነዘበው እንችላን፡፡

አብዛኛውን ጊዜ የቅርብ ጊዜ ፍላጎቶቻችን ምርጫችንን የመንተት ባህሪይ አላቸው፡፡ ለምሳሌ፣ አንድ ሰው ሲርበው፣ ያንን የቅርብ ፍላጎት ለማርካት ሲል ከዋናው የሕይወት ዘይቤ ምርጫው ሊናጋና የማይመጥኑትን ምርጫዎች ሊመርጥ ይችላል፡፡ ይህ አይነቱ ሁኔታ በቀላሉ ሊታዩ የማይገባቸውን አቅጣጫ-አስለዋጭ ሁኔታዎች ሊፈጥርብን ይችላል፡፡

4. መካሪ አለመኖር

ጠቢቡ ሰሎሞን ከብዙ ሺህ ዓመታት በፊት እንዲህ ሲል ችላ ሊባል የማይገባ ምክር ለግሷል፣ "የሰነፍ መንገድ በዓይኑ የቀናች ናት፤ ጠቢብ ግን ምክርን ይሰማል" (ምንጭ፡- Proverbs 12፡15)፡፡ ይህ ምክር በራሱ መካሪ ያለመኖርን መዘዝ ጠቋሚ ነው፡፡ በተለይም ከባባድ ምርጫዎችን ስንጋፈጥ ትክክለኛን መካሪ በአጠገባችን በማድረግ ጥበብን መቅሰም ከብዙ ፍዳ ያድነናል፡፡

ሁሉን ነገር እኛው ጀምረን፣ እኛው አፋጠንና አጡዘን ጥጉ ድረስ በመውሰድ ትክክለኛውን ስእል እናገኘዋለን ብሎ ማሰብ "ስንፍና" ነው ይለናል ጠቢቡ፡፡ በምትኩ፣ ጥሩ አማካሪ በአጠገባችን በማኖር ለምርጫዎቻችን ትክክለኛነት ጥበብን የምንቀስምበትን የሕይወት ዘይቤ ማመቻቸት የእኛ ድርሻ ነው፡፡ ከእኛ የቀደሙና የላቁ ሰዎች በብዙ ዓመታትና ተሞክሮ ያዳበሩትን ጥበብ በአንድ የምክር ክፍለ-ጊዜ አግኝቶ መቅናት እየተቻለ ለብቻ መሯሯጥ ከስኬት ይገታናል፡፡ የመካሪን ጥቅም አለማወቅና፣ ሁል ጊዜ የራሳችንን መንገድ እንደትክክል ማሰብ የዚህ ችግር መንስኤ ናቸው፡፡

5. እውቀት የጎደለው ችኮላ

ብልህ ሰው ምንም ምርጫ ከማድረጉ በፊት በቂ ጥናትና መረጃ ይሰበስባል፡፡ በወቅቱ ሊመርጠው ባሰበው የምርጫ ዘርፍ አንጻር አለ የተባለን መረጃ፣ ከተቻለም ማስረጃን ጨምሮ በመሰብሰብ በሁኔታው በሚገባ ይበስላል፡፡ አንዳንድ ሰዎች ግን ይህንን አይነቱን ልምምድ ከማዳበር ራሳቸውን ሲገቱ ይታያሉ፡፡ ይህ የሚሆንበት የተለያዩ ምክንያቶች አሉ፡፡

የትእግስት ማጣት፣ ስንፍና፣ ሁኔታዎችን አጥንቶ የመገንዘብ ብቃት እንደሌለን በማሰብ አእምሮን መዝጋትና የመሳሰሉት እንቅፋቶች ልናስብባቸው የሚገባን የስህተት ምንጮች ናቸው፡፡ ቀደም ባሉት ምእራፎች እንደጠቃቀስነው፣ ቅድመ-ምርጫን በማስቀመጥ ሌሎች ሰዎች እንዳሻቸው የሚያደርጉት ሰው ከዚህ ክፍል ይመደባል፡፡ ጊዜ ወስዶ በቂ ጥናትና ስሌት ማድረግ ስሜት-ተኮር የሆነውን ሃሳባችንን የማጥራትና ሁኔታዎችም “እውነተኛ ቀለማቸውን” እንዲለዩ የማድረግ ጉልበት አለው፡፡

፯

የትክክለኛ ምርጫ ሂደቶች

በማንኛውም የሕይወት መስኮችህ ውስጥ ከግምት ውሳኔ ወጥተህ ትክክለኛውን ሂደት የተከተለ ምርጫ ለማድረግ ከፈለክ ትክክለኛና ወሳኝ ጥያቄዎችን በመጠየቅ ትክክለኛውን መልስ ማግኘት ይገባሃል።

“ብልህ ምርጫዎች” (Smart Choices) በተሰኘው ለአንባቢ እጅግ ጠቃሚ የሆኑ ምርጫ ነክ ሃሳቦችን ባቀፈው መጽሐፍ ውስጥ የተጠቀሱት ተግባራዊ ነጥቦች በዚህ ምእራፍ ውስጥ ለመነጋገር ለፈለግነው ሃሳብ ጠቃሚ እውነታዎችን ያበረክትልናል። እዚህ ጋር “ስምንቱ የትክክለኛ ምርጫ ሂደቶች” በተሰኘው ክፍል ውስጥ የተጠቀሱትን ነጥቦች እንደመነሻ በመውሰድ አንዳንድ እውነታዎችን ማጤን እንችላን (Hammond, Keeney, & Raiffa, 1999, P. 7-9)

1. ለመወሰንና ለመምረጥ የፈለከውን ነገር በግልጽ እወቅ

አንድን ምርጫ በትክክለኛው ሂደት ለመምረጥ ከፈለክ በቅድሚ ለመምረጥ የፈለከው ነገር ምን እንደሆነ ጥርት ባለ መልኩ መለየት አስፈላጊ ነው። ከዚያም በተጨማሪ፣ ያንን ምርጫ ለመምረጥ የተነሳህበትን የመነሻ ሃሳብ በሚገባ ልታውቀው ይገባል። ለመወሰን የፈለከው ነገር ምንድን ነው? ለመምረጥስ የምትፈልገው ነገር ምንድን ነው? ወደዚያ ምርጫና ውሳኔ ለመግባት ያነሳሳህስ ነገር ምንድን ነው? እነዚህን ጥያቄዎች በቅጡ

ሳይመልስ ምርጫን የሚያስቀድም ሰው ብዙ ጎዳና ከተጓዘ በኋላ "የምሄደው የት ነው?" ብሎ የሚጠይቅን ሰው ይመስላል።

2. የምርጫህን የመጨረሻ ግብ በሚገባ ለይተህ እወቅ

አንድን ምርጫ ከመከተልህ በፊት ልትሰራቸው ከሚገቡህ የቤት ስራዎች መካከል አንዱ ምርጫው እንዲወስድህ የፈለከውን የመጨረሻ ግብ መለየት ነው። ይህንን ምርጫ በመከተልህ ልትፈታ የፈለከው ችግር ምንድን ነው? ልትደርስበት የምትፈልገው የመጨረሻ ግብ ምንድን ነው? እነዚህና እነዚህን መሰል ሁኔታዎች በግልጽ ሲቀመጡ ምርጫህ ብሩህ ይሆናል። እዚህ ጋር፣ ምርጫ ማለት ወደ አንድ ግብ ለመድረስ የምትጠቀምበት መንገድ ነው እንጂ ምርጫ በራሱ የመጨረሻ ግብህ እንዳልሆነ አስታውስ።

3. ያሉህን "የምርጫ አማራጮች" በዝርዝር እወቃቸው

የተሻለ ምርጫ መረጥክ የሚባለው የተሻሉትንና አሉ የተባሉትን አማራጮችህን ጠረጴዛው ላይ አስቀምጠህ ማሰብ ስትጀምር ነው። በሌላ አባባል፣ የምርጫዎችህ ገደብ የምርጫህን ጥራት ይወስነዋል። ለምርጫ የቀረቡልህ ሁኔታዎች ሁለት ከሆኑና ሌሎች አምስት የሚሆኑ ተጨማሪ የምርጫ እድሎች እንዳሉህ ካላወክ፣ በቀረበልህ ሁኔታ የመገደብህ ጉዳይ አጠራጣሪ አይደለም።

4. የአማራጮችህን ሁለገብ ውጤት በሚገባ አጥና

እያንዳንዱ ምርጫህ የሚያጓጓ ውጤት የመኖሩን ያህል ደስ የማያሰኝ ጎንም ሊኖረው እንደሚችል ማሰብ አስፈላጊ ነው። አንድን ጎዳና ስትከተል ጥሩ ጥሩውን የማሰብ አስፈላጊነት እንደተጠበቀ ሆኖ፣ ከምርጫ ጋር የሚመጣውን "ሰበብ" ማሰብና መዘጋጀትም ጠቃሚ ነው። አንድ ምርጫ የሚወሰደው ካለው የሚያጓጓ ሁኔታ ብቻ

ሳይሆን የምርጫውን ጎዳና ከተያያዝነው በኋላ አብሮ የሚመጣውን አሉታዊና አዎንታዊ ውጤት በማመዛዘን ሊሆን ይባዋል፡፡

5. አንዱን ስትመርጥ በሌላው ጎን የምትጥለውን አመዛዝን

አንድን መንገድ ለመከተል መወሰን በተቃራኒው ሌላኛውን መንገድ ያለመከተል ምርጫ ነው፡፡ አንድን የስራ መስክ መምረጥ ሌላውን መስክ አለመምረጥ ነው፡፡ እንዲህ እያለ ዝርዝሩ ይቀጥላል፡፡ አንዱን በመምረጣችን ምክንያት ለተውነው ሌላ ነገር ዝግጁ መሆን ይመከራል፡፡ በአንድ በኩል ስታገኝ በሌላ በኩል ታጣለህ፡፡ ስለሆነም አንድን ነገር በመምረጥህ ምክንያት ለምታገኘው ጥቅም እቅድ ስታወጣ፣ በምርጫህ ምክንያት ለምታጣቸውን ሁኔታዎችም ዝግጁነት ያስፈልግሃል፡፡

6. እርግጠኛ ባልሆንክባቸው የወደፊት ሁኔታዎች አንጻር በሚገባ አስብ

ከመነሻችን እስከ መድረሻችን ድረስ የሚገጥመንን ነገር ሁሉ አውቀን የምንጓዝበት ብቃት ቢኖረን እጅግ ደስ የሚያሰኝ ሁኔታ ይፈጠርልን ነበር፡፡ ነገር ግን፣ እርግጠኛ የማንሆንባቸው ሁኔታዎች በምርጫዎቻችን ውስጥ ታጭቀው ይገኛሉ፡፡ መቶ በመቶ እርግጠኛ ሆነህ የምትጀምራቸው ምርጫዎች ሊኖሩ አይችሉም፡፡ ስለሆነም፣ እርግጠኛ ያልሆንባቸውን ነገሮች በግልጽ ማወቅ አስፈላጊ ነው፡፡ አንዳንድ ምርጫዎችን አስመልክቶ የሚኖረን መረጃ እርምጃውን ለመውሰድ ያህል የሚያበቃ ሲሆን፣ ከዚያ ባሻገር ለሚኖረን እርግጠኛ ያለመሆን ሁኔታ መዘጋጀት አስፈላጊ ነው፡፡ ይህ አይነቱ ልምምድ ከሁሉም በላይ ከስነ-ልቦና ቀውስ ይጠብቀናል፡፡

7. ሊከሰት ለሚችል ያልተጠበቀ ውጤት ራስህን አዘጋጅ

“ለተሻለው ነገር አልም፣ ላልተጠበቀው ሁኔታ ግን ተዘጋጅ” የሚለውን አባባል ሰምተኸዋል ብዬ እገምታለሁ፡፡ የሚያጓጓህን መርጠህ ስትጓዝ የሚገጥሙህ ዳገቶች ለማለፍ የምትችልበትን ጽንአት ከወዲሁ ማዳበር አስፈላጊ ነው፡፡ ለምሳሌ፣ መኪና

እያሽከረከርክ በሁለት መንገድ መካከል መምረጥ ሲገባህ አንዱን መምረጥህ አይቀርም፡፡ ያንን መንገድ ስትመርጥ እንደ ርቀቱ መጠን በቂ ነዳጅ መሙላትና መሰል ዝግጅቶችን ታደርጋለህ፡፡ በተጨማሪ ግን በመንገድ ሊያጋጥሙህ ለሚችሉት አንዳንድ ሁኔታዎች በማሰብ መዘጋጀት አስፈላጊ ነው፡፡

8. የነገሮችን ውህደት እወቅ

የዛሬ ውሳኔህ የነገ ምርጫህን ሊነካብህ ይችላል፤ የነገው ግብህ ደግሞ በዛሬው ምርጫህ ላይ ተጽእኖ ሊያመጣ ይገባዋል፡፡ በዚህ መልኩ ወሳኝ የሆኑ ምርጫዎችን እርስ በርሳቸው የተያያዙና የተነካኩ እንደሆነ አትዘንጋ፡፡ ለብቻው የቆመ የምርጫ አይነት ሊኖር ስለማይችል ምርጫህ የሚነካቸውን ሌሎች ነገሮች በሙሉ የማሰብ ልማድ ይኑርህ፡፡ አንዳንድ ጊዜ፣ "ምርጫዬ ይህንን ነገር ይነካዋል ብዬ አላሰብኩም ነበር" እስከምትል ድረስ ያልጠበከው ነገር በምርጫህ ምክንያት ተነክቶና ተዛብቶ ልታገኘው ትችላለህ፡፡

የምርጫችን አስፈላጊነትና ውጤት ጠንከር እያለ በሄደ ቁጥር አንድ ምርጫ ከመወሰዱ በፊት ሊጠየቁ የሚገባቸው ጥያቄዎችም በዚያው መጠን ጠንከር እያሉና ቁጥራቸው እየጨመረ ይሄዳል፡፡ ከዚህ በታች ከሰፈሩት ጥያቄዎች መካከል አንዳንዶቹን በቀደመው ክፍላችን የጠቀስናቸው ቢሆንም፣ ለፈጣን ምርመራና ለራስ-በራስ ፍተሻ መጠቀም የምትችላቸው የቅድመ-ምርጫ ጥያቄዎች ይጠቁሙናል፡፡

- ✓ የተጋፈጥኩት ምርጫ ምንድን ነው?
- ✓ አማራጮቼ ስንትና ምን ምን ናቸው?
- ✓ በዚህ ሁኔታ ላይ በሚገባ አስቤበታለሁ?
- ✓ የመነሻ ሃሳቤን መርምሬ አጥርቼአለሁ?
- ✓ በምርጫዬ ላይ ከትክክለኛ ሰው ጋር ተማክሬአለሁ?
- ✓ ምርጫዬ ከዋናው የሕይወት ዓላማ ጋር ይስማማል?

ምርጫና ውሳኔ / Choices and Decisions

- ✓ ምርጫዬ በሚነካቸው ሰዎች ላይ የሚያስከትለው ጉዳት አለ?
- ✓ ምርጫዬ ከእኔ አልፎ ለሌሎች ሰዎችና ለሕብረተሰቡ ያለው መዋጮ ምንድን ነው?
- ✓ ምርጫዬ ላይ የሰዎች ግፊት አለበት ወይስ በግሌ የማሰብ እድል አግኝቻለሁ?
- ✓ ምርጫዬን ሳስበው ሰላምና መረጋጋት አለኝ ወይስ እጨናነቃለሁ?
- ✓ ምርጫን ለመምረጥ ካለልክ እየተጣደፍኩኝ ይመስለኛል ወይስ በቂ ጊዜ ወስጃለሁ?
- ✓ ምርጫዬ የሚስከፍለኝን ዋጋ በግልጽ አውቄ ተዘጋጅቼአለሁ?

8

ሁለቱ የምርጫ መነሻዎች

ከምርጫዎችህ ጀርባ ምን እንዳለ ለማየት ከሞከርክ በአንድ ጎኑ አንድን ነገር የማጣት ስጋት ተደብቆ ስታገኘው፣ በሌላ ጎኑ ደግሞ አንድን ነገር የማግኘት ናፍቆት ተለጥፎ ታገኘዋለህ፡፡ እነዚህ ሁለት መነሻዎች የምርጫ ሞተሮች ናቸው፡፡

የፕሪንክተን ዩኒቨርሲቲ ፕሮፌሰርና የመጀመሪያ የኢኮኖሚ ኖቤል ተሸላሚ የሆነው ዳንኤል (Daniel Kahneman) ከአጋሩ ከአሞጽ (Amos Tversky) ጋር፣ በስነ-ልቦና ሳይንስ ውስጥ የቅንሰት (የኪሳራ) ጥላቻ መርህ (Loss Aversion Principle) የተሰኘውን ጽንሰ-ሃሳብ አስመልክቶ ብዙ ገለጻ ያደርጋሉ፡፡ በዚህ ጥናታቸውና ገለጻቸው ከሚያነሷቸው ሃሳቦች አንዱ፣ አንድ ቅጣት ወይም ክስረት እንደሚደርስብን የማሰብ ስሜት አንድ ጥቅም እንደምናገኝ ከማሰብ እጅግ የገዘፈና የጠለቀ ተጽእኖ የሚያስከትል ስሜት እንደሆነ ነው፡፡ በሌላ አገላለጽ፣ አንድን የገንዘብ መጠን አውጥተህ የዚያንው ያወጣኸውን የገንዘብ መጠን የማትረፍ ወይም ያንን መጠን የመክሰር እድልህ እኩል ቢሆን አብዛኛውን ጊዜ ውሳኔህን የሚነዳው ያንን ገንዘብ የማጣቱ ስሜት ነው፡፡ሆኖም፣ በአንዳንድ ጥናቶች እንደሚደገፈው አንዳንድ ጊዜ አንድን ነገር አጣለሁ የሚለው ፍርሃትን አንድን ነገር አገኛለሁ የሚለው ጉጉት በምርጫችን ውስጥ እኩል የሚሰሩበት ሁኔታ እንደሚከሰትም ይታመናል (ምንጭ:- http://www.apa.org/science/about/psa/2015/01/gains-losses.aspx

ምርጫህን የሚነዳው የማጣት ፍርሃትም ሆነ የማግኘት ጉጉት፣ የምርጫ ጉዳይ ሕይወትህን ሙሉ እንደተከተለህ የሚኖር እውነታ እንደሆነ በሚገባ ተመልክተናል፡፡ ከልጅነትህ ጀምሮ አሁን እስካለህበት እድሜ ድረስ አብሮህ ነበር፣ ወደፊትም አይለይህም፡፡ "ስለምርጫ ማሰብ አልፈልግም" ብትል እንኳ ስለምርጫ ላለማሰብ መምረጥህ ውስጥ ይህንን አስገራሚና ችክ ያለ "ምርጫ" የተሰኘ ሃሳብ ታገኘዋለህ፡፡ ስለዚህም አንደኛህን አጋርህ የማድረግን ምርጫ ብትወስድ ይበጅሃል፡፡

ምርጫ የተሰኘውን መሳሪያ የማይፈልገው ሰው የለም፡፡ ልጆች መጫወቻን ለመምረጥ ሲጠቀሙበት፣ ወጣቶች ደግ "ጓደኛዬ ማን ይሁን?" የሚለውን ጥያቄ ይፈቱበታል፡፡ ነጋዴዎች ገንዘባቸውን የሚያውሉበትን መስክ ለመወሰን ይፈልጉታል፡፡ ጠበቃዎች የትኛውን የፍርድ ቤት ጉዳይ ወክለው ቢቆሙ እንደሚያዋጣቸው ለመለየት ይጠቀሙበታል፡፡ የጦር አለቆች በሞትና በሕይወት መካከል ለውጥ የሚያመጣን ስልት ለመምረጥ በስራ ላይ ያውሉታል፡፡ ፖለቲከኞች ለምርጫ ራሳቸውን እጩ አድርጎ በማቅረብና ባለማቅረብ ሲወላውሉ የግል ምርጫን በመውሰድ ይሰሩበታል፡፡

ከላይ በተዘረዘሩት መስኮችም ሆነ በሌሎች ማሕበራዊ ክስተቶች ውስጥ ምርጫን በምንጠቀምበት መጠን የምንጠቀምባቸው የሕይወት ሂደቶች ካሉ በጣም ጥቂት ናቸው፡፡ ቀደም ብሎ በተጠቀሰው ጽንሰ-ሃሳብ መሰረት፣ በዚህ ምርጫ በተሰኘው የማይቀር ሂደት ላይ ያለን የመነሻ ነጥብ ሲመዘን በሁለት ይከፈላል፡- 1) የቅንሰት (የከስረት) ጥላቻና፣ 2) የማግኘት (የትርፍ) ፍቅር፡፡ በሕይወታችን የምናደርጋቸውን ምርጫዎች በሚገባ ከተመለከትናቸው ለወሰድናቸው ምርጫዎች ምክንያት የሆነንና ያነሳሳን ነገር ከእነዚህ ከሁለቱ አይወጣም፡፡

1. የቅንሰት (የክስረት) ጥላቻ

ይህ የመነሻ ነጥብ አንድን ምርጫና ውሳኔ ለመውሰድ ስንነሳሳ በቶሎ የሚታየን ያንን ምርጫ ስንወስድ ልናጣ የምንችለው ሁኔታ እንደሆነ ነው፡፡ ለምሳሌ፣ አንድ ሰው ሁለት

ምርጫዎች ቢሰጠን ብለን እናስብ፡፡ አንዱ ምርጫ አሁኑኑ እንዲሁ አንድ መቶ ብር ልስጥህ የሚል ነው፡፡ ሁለተኛው ምርጫ ግን አንድ ጥያቄ ጠይቄህ ትክክለኛውን መልስ ካገኘኸው አምስት መቶ ብር ልስጥህ፣ መልሱን ካላገኘኸው ግን ምንም አይሰጥህም የሚል ነው፡፡ በቅንስት ጥላቻ መርህ መሰረት በእነዚህ ምርጫዎች መካከል ለመወሰን ስናስብ በቶሎ የሚታየን ጥያቄን የመጠየቅን ምርጫ ከወሰድንና መልሱን ካላገኘነው የምናጣው አንድ መቶ ብር ስለሆነ አንድ መቶ ብሩን መቀበልን ወደ መምረጥ እናደላለን፡፡

2. የማግኘት (የትርፍ) ፍቅር

ይህ የመነሻ ነጥብ ከላይ ከጠቀስነው ቅንስትን ወይም ኪሳራን የመጥላት ስሜት ተቃራኒው ነው፡፡ ቀደም ብለን እንደጠቀስነው ጽንሰ-ሃሳብ ከሆነ አብዛኛው ሰው አንድ ምርጫ ለመምረጥ የሚነሳሳው "ምን አጣ ይሆን?" ከሚለው ሃሳብ ሲሆን፣ አንዳንድ ሰዎች ግን፣ "ምን አገኛለው?" በሚለውም ሃሳብ ሊነሳሱ ይችላሉ፡፡ አንዳንድ ሰዎች አንድን ምርጫ ሲያደርጉ፣ የምርጫቸው ውጤት ካላማረ ሊያጡት የሚችሉትን ነገር በማመዛዘን፣ አንድን ነገር ለማግኘት ያላቸው ፍላጎት ስለሚያይልባቸው ምርጫውን ይወስዱታል፡፡

በእነዚህ የምርጫ መነሳሻ ነጥቦች መካከል ባለን የምርጫ ሂደት ላይ ተጽእኖ የሚያመጡ ሁኔታዎች መኖሩ ጥርጥር የለውም፡፡ ምናልባትም ቅንሰትን (ከስረትን) በማጉላትና በመፍራት እንድንመርጥ የሚደርጉ ዝንባሌዎች አሉ፡፡ የሚከተለውን በፎርብ መጽሔት የተሰነዘሩልንን ነጥቦች እናጢን፡፡

አንድን ነገር የማጣት ፍርሃት መነሻው

1. ችግር ሲጎላ

አንድ ነገር ይበላሻል የሚለውን ስጋታችንን ከልክ በላይ ሲጎላ፣ ምርጫችን ከክስረት ፍርሃቻ አንጻር የማድረግ ዝንባሌ ይኖረናል፡፡ በሌላ አገላለጽ፣ በምርጫችን ምክንያት ችግር የመፈጠሩ ሁኔታ ሲጎላብንና ጥቅም ልናገኝ የመቻላችን እድል አናሳ ሲሆንብን ማጣትን የመሸሽ ምርጫን እንመርጣለን፡፡

2. የችግር ውጤት ሲጋነን

በመረጥነው ምርጫ ምክንያት አንድ ነገር ይበላሻል ከሚለው ስጋታችን ጋር ተያይዞ የተበላሸው ሁኔታ የሚያስከትለውንም ማሰብ እንጀምራለን፡፡ ከዚያ ችግር ጋር ተያይዘው ይመጣሉ ብለን የምንገምታቸውን ውጤቶች ስናጋንናቸው የምናገኘው ጥቅም ላይ ጥላ ስለሚያጠላበት ማጣትን የመሸሽ ምርጫን እንመርጣለን፡፡

3. የራስን ብቃት ማሳነስ

አንዳንድ ጊዜ በምርጫችን ምክንያት ለሚነሱ ችግሮች የሚመጥን ምላሽ የመስጠት ብቃት እንደሌለን ስለምናስብ ችግርን በመፍራት እንሰበሰባለን፡፡ ከዚህ አቅም የማጣትና ሁኔታዎች ከቁጥጥራችን ይወጣሉ የሚል ስጋታችን የተነሳ ማጣትን የመሸሽ ምርጫን እንመርጣለን፡፡

4. ምርጫን ያለመምረጥን ዋጋ አለማወቅ

ከላይ በተጠቀሱትና በሌሎች ተጨማሪ ሰበቦች ምክንያት ምርጫ ከመምረጥ ስንገታ ያንን በማድረጋችን ወይም ከምርጫ በመዘግየታችን ምክንያት የምንከስራቸው ነገሮች እንዳሉ ማሰብ አንፈልግም፡፡ ስለዚህ፣ በክህደት አለም ውስጥ በመግባት ምርጫን እናስተላልፋለን፣ ወይም ማጣትን የመሸሽ ምርጫን እንመርጣለን (ምንጭ፡- https://www.forbes.com/sites/margiewarrell/2013/06/18/take-a-risk-the-odds-are-better-than-you-think/#384d061545c2

ክፍል ሁለት

የምርጫ ዘርፎች

፱

የዓላማ ምርጫ

በየዕለቱ የምትመርጣቸውን ምርጫዎችህን አቅጣጫ ሊያሲዝ የሚገባው የመጀመሪያ ምርጫህ ዓላማ የተሰኘው ጉዳይ ነው:: ከሁሉ በፊት ሆነህና አድርገህ ማለፍ የምትፈልገውን የሕይወትህን ዋና ዓላማ መለየትና መምረጥ አስፈላጊ ነው::

በሕይወት ጠንካራ ዓላማን መያዝና መከታተል ለአካልም ሆነ ለአእምሮ ጤንነት ወሳኝ እንደሆነና ከእድሜ መርዘም ጋር እንደሚዛመድም ጥናቶች በሚገባ ያሳዩናል:: የዓላማ ጥንካሬ የልብ ጤንነትንና የአእምሮ ጥንካሬን ይሰጠናል ይሉናል:: ሕይወታቸው ትርጉም ያለውን ዓላማ እንደያዘ የሚሰማቸው ሰዎች ከሚታይባቸው ባህሪይ አንዱ ለራሳቸው የመጠንቀቅ ጉዳይ ነው:: ሰዎቹ ሆን ብለው ከሚያደርጉት ለራስ የመጠንቀቅ ሁኔታም ባሻገር፣ ዓላማ የሰዎችን አእምሮ ከአሉታዊ የመጨናነቅ ተጽእኖ እንደሚጠብቅም በጥናት ደርሰውበታል::

እንደ ጃፓን በመሰሉ ረጅምን እድሜ በመኖር የታወቁ ሕብረተሰቦች መካከል በተደረገ ጥናት እነዚህ ሕብረተሰቦች አንዳንድ ተመሳሳይ ሁኔታዎችን እንደሚጋሩ ታይቷል:: ከእነዚህ ሁኔታዎች መካከል፣ ጤናማ አመጋገብ፣ እንቅስቃሴ የሞላው የሕይወት ዘይቤና ዓላማ-መር ሕይወት ይገኙበታል:: ለምሳሌ፣ በኦኪናዋ (ጃፓን) ቋንቋ "ጡረታ" ለተሰኘው ሃሳብ ቃል የላቸውም:: በምትኩ፣ የአንድን ሰው አጠቃላይ የሕይወት ሁኔታ ጠቅልሎ የሚገልጽ ሌላ ቃል አለ:: ይህ ቃል "ኢኪጋይ" (ikigai) ሲሆን ትርጉሙም፣

"በየጠዋቱ የምትነቃበት ምክንያት ማለት ነው። ከዚህ ቃል፣ ሕይወት ማለት በየቀኑ ለአንድ ዓላማ ከመንቃት ጋር የተያያዘች ሂደት እንደሆነች ይጠቁሙናል። ከዚህ አመለካከታቸው የተነሳ በዚያ የሚኖሩ ሰዎች በየትኛው እድሜ ክልል ውስጥ ቢሆኑም በየቀኑ የሚነሱለት ዓላማ እንዳላቸው ስለሚያስቡ ይህ ዓላማ-መር አመለካከት በጤንነታቸው ላይ መልካም ተጽእኖ ያስከትላል (ምንጭ፡- https://www.everydayhealth.com/news/purpose-life-good-your-health/)።

የዓላማ ተጨማሪ ጥቅሞች

በዓላማ የመኖርን ጥቅም ከጤንነት ጋር የተደረገውን ጥናት ከላይ በምእራፉ መግቢያ ላይ ተመልክተናል። ዓላማ የመያዝ ጥቅም ግን ከዚያም ያለፈ በርካታ ጥቅሞች እንዳሉት መመልከት እንችላለን።

ዓላማ የሕይወት ግለት ይሰጥሃል

ጠዋት ከመኝታው ተነስቶ ምንም የሚያደርገው ነገር የሌለውን ሰው በሚገባ አጢነው። እንደዚህ አይነቱ ሰው ቀድሞውንም ከመኝታው ለመነሳት የሚያጓጓ አላማ ከሌለው ሕይወቱ ምን ሊመስል እንደሚችል ማሰብ አያዳግትም። አንድን ዓላማ በመከታተል ውስጥ በየእለቱ የምንጓጓለትን የሕይወት ትርጉምና ትኩረት እናገኛለን። ስለሆነም፣ በየእለቱ በሚነሳ የሕይወት ውጣ ውረድ ወዲህና ወዲያ የምንወላውል ሳንሆን ወደ አንድ አቅጣጫ የምንገሰግስ ሰዎች እንሆናለን። ይህ ወደ አንድ አቅጣጫ የመገስገስ አመለካከት፣ ወደታቀደው ነጥብ ለመድረስ የመፈለግን ግለት በውስጣችን የመጨመር ኃይል አለው፡

ዓላማ ትርጉምና እርካታ የማግኘት ስሜት ይሰጥሃል

አንድን ነገር ጀምሮ በመጨረስ ውስጥ የሚገኝ እርካታና የሕይወት ትርጉም የማግኘት ስሜት ይህ ነው አይባልም። አንድን ነገር በማከናወንና ጀምሮ በመጨረስ ውስጥ

የሚገኘውን መርካት ያልተለማመደ ሰው እጅግ የወረደና ምንም እርካታ የሌለው ሕይወት ውስጥ ይገባል፡፡ መብላት፣ መጠጣት፣ መስራት፣ ማግኘትና ይህንኑ ዑደት በየቀኑ መደጋገም የመጨረሻ ግብህ ከሆነ ትክክለኛ እርካታ ልታገኝ አትችልም፡፡ ሰው የመሆንህ ትርጉም ከያዛቸው ፍሬ ነገሮች አንዱ ዓላማን በሚገባ በማወቅ ጥጉ ድረስ መሄድ ነው፡፡

ዓላማ ጊዜ እንዳይባክን ይጠብቅሃል

በሕይወትህ በአስፈላጊውና በአላስፈላጊው መካከል የምትለይበት ዋነኛ መለኪያህ ዓላማ ነው፡፡ ብዙ እድሎችና ገጠመኞች በየቀኑ ይዛ የምትመጣው ይህቺ ሕይወትህ በአንድ ዓላማ ካልተቃኘች፣ የሁሉ ነገር አባራሪና ወዲህና ወዲያ ተንከራታች ከመሆን አታመልጥም፡፡ ጊዜህን በሚገባ የመጠቀም ጉዳይ የሚያሳስብህ ከሆነ ዓላማ የመያዝህን ጉዳይ በሚገባ ልታስብበት ይገባል፡፡

የዓላማ መርሆች

1. ትክክለኛ ዓላማ ያዝ

"በሕይወቴ ዓላማ ሊኖረኝ ይገባል" ወደሚለው ድምዳሜ ከደረስን በኋላ ከዚያ በተጨማሪ ልንመልሰው የሚገባን ጥያቄ፣ "ምን አይነት ዓላማ ልያዝ?" የሚለውን ይሆናል፡፡ አንዳንድ ሰዎች ዓላማቸው ሁሉ ከራስ ጥቅም ጋር የተያያዘ፣ ለሕብረተሰቡ ከሚሰጠው ጥቅም ይልቅ ጉዳቱ የሚያመዝን ዓላማ ይዘው ይታያሉ፡፡ ነገር ግን፣ ዓላማችን ሁል ጊዜ ከግላችን፣ ከቤተሰባችንና ከምንኖርበት ሕብረተሰብ ጥቅም አንጻር ሊቃኝ ይገባዋል፡፡

2. ዓላማን በቀላሉ አትለዋውጥ

የዓላማ ሰው ከሆንክ በፊትህ እንቅፋትን ጠብቅ፡፡ በተለይም ዓላማህ ትርጉም ያለውና ጠቃሚነቱ የጎላ ሲሆን በርካታ እንቅፋቶች እንደሚገጥሙህ አትጠራጠር፡፡ ይህች ዓለም

ለመልካም ዓላማ የቆሙላትን ዜጎቿን እየለቀመች የማጥፋት ዓላማ ያላት እስኪመስል ድረስ ለአንድ ጠቃሚ ነገር መኖር አስቸጋሪ የሆነበት ዘመን ላይ እንዳለህ አትዘንጋ፡፡ ስለሆነም፣ ጉዞው ከባድ ሲሆን አደራረግህን እንጂ ዓላማህን በየጊዜው አትቀያይር፡፡

3. የዓላማንና የተግባርን ልዩነት እወቅ

በሚገባ አስተውለህ ከሆነ ሰዎች፣ ዓላማቸውን ሲጠየቁ የሚመልሱት መልስ ከአንድ ተግባር ጋር የሚገናኝ መልስ ነው፡፡ ለምሳሌ፣ "ዝነኛ አርቲስት መሆን እፈልጋለሁ" እና የመሳሰሉት እንደማለት ነው፡፡ በተቃራኒው ግን፣ ሁል ጊዜ መቅደም ያለበት በዓላማህ ውስጥ መጥቀም የምትፈልገው ሕብረተሰብና ማምጣት የምትፈልገው ለውጥ ነው፡፡ ለምሳሌ፣ "ወጣቶች በመልካም ስነ-ምግባር ጤናማ ዜጎች እንዲሆኑ እፈልጋለሁ" እንደማለት ማለት ነው፡፡ ማድረግ የምትፈልገውን ነገር ከመናገር በበፊት ማምጣት የምትፈልገውን ለውጥ ስትናገር ሰዎች ሲሰሙ፣ "እንዴት?" ብለው እንደሚጠይቁ አትጠራጠር፡፡ ያን ጊዜ ነው ዓላማህን ለመፈጸም የምትፈልግበትን መንገድ ልትጠቅስ የሚገባህ፡፡ ብዙ ሰዎች ማድረግ የሚፈልጉትን እንጂ፣ በዚያ ተግባር ውስጥ ማከናወን የሚፈልጉትን ዓላማ በሚገባ አያውቁትም፡፡

10

የሃገር ምርጫ

የሕይወትህ ዋና ዓላማም ሆነ ለራስህ ያስቀመጥከው መርህ ለመኖር ከምትፈልግበት ሃገር ወይም አካባቢ ጋር በቀጥተኛ መልኩ የሚነካካ ጉዳይ ስለሆነ የመኖሪያ ስፍራ ምርጫህ ጥንቃቄ ያስፈልገዋል፡፡

ከሃገራችን ጀምሮ በዓለም ዙሪያ በየቀኑ ሰዎች ከአንዱ ስፍራ ወደሌላኛው ስፍራ በመቀየር ወዲህና ወዲያ ሲሉ ይስተዋላሉ፡፡ በየቀኑ የመኖሪያ ሰፈር፣ መንደር፣ ከተማና፣ አልፎም ሃገር የሚቀይሩ ሰዎች ቁጥር ይህ ነው አይባልም፡፡ ሰዎች የመኖሪያን ስፍራ የሚቀይሩበት የየራሳቸው ምክንያት አላቸው፡፡ የሰዎች ከአንዱ ስፍራ ወደሌላኛው ስፍራ የመቀያየርን ሂደት ግን በጥቅሉ ስንመለከተው በሁለት መልኩ ይታያል፡፡

አንደኛው፣ የሃገር ውስጥ ዝውውር (Internal migration) ነው፡፡ ይህ ዝውውር ሰዎች በሃገራቸው ውስጥ ከአንዱ ከተማ ወደሌላኛው ከተማ የሚያደርጉት ዝውውር ነው፡፡

ሁለተኛው፣ ዓለም አቀፍ ዝውውር (International migration) ነው፡፡ ይህ ዝውውር ሰዎች ከአንዱ ሃገር ወይም ክፍለ-ዓለም ወደሌላኛው የሚያደርጉት ዝውውር ነው፡፡

ቢ.ቢ.ሲ (B.B.C) ባሰፈረው ምርመራና ትንታኔ መሰረት ሰዎች ከአንዱ ሃገር ወደሌላኛው ሃገር ወዲህና ወዲያ የሚንቀሳቀሱበትን ምክንያት በሁለት በመክፈል ይገልጸዋል፡፡

"የመገፋት ሁኔታዎች" (Push Factors)፡- ሰዎች ያሉበትን ሃገር ትተው እንዲወጡ የሚያስገድዳቸውና የሚገፋቸው ሁኔታ ሲፈጠር የሚከሰት ነው፡፡

"የመነተት ሁኔታዎች" (Pull Factors)፡- ሰዎች ካሉበት ሃገር እንዲለቁና በሌላ ሃገር እንዲኖሩ የዚያ ሃገር ሁኔታ ሲስባቸው የሚከሰት ነው፡፡

ሰዎች ከአንዱ ሃገር ወደሌላኛው የሚሰደዱበት ምክንያት በመገፋትም ሆነ በመነተት ሁኔታው ከኢኮኖሚ፣ ከፖለቲካ፣ ከማሕበራዊና ከአካባቢ ለውጥ ጋር የሚነካካ ጉዳይ ነው፡፡ ለዚህ ንክኪ ገለጻ የሚሆኑትን የሚከተሉትን ሃሳቦች እንመልከት፡፡

1. ኢኮኖሚ ነክ ዝውውር (economic migration) ሰዎች ስራንና የተሻለን ገቢ ፍለጋ ሃገር ሲቀይሩ የሚከናወን ነው፡፡
2. ማሕበራዊ ነክ ዝውውር (social migration) ሰዎች የተሻለ የኑሮ ሁኔታ ፍለጋና የቅርብ ወዳጅና ቤተሰብን ለመቀላቀል የሚደርጉት የሃገር ለውጥ ነው፡፡
3. ፖለቲካ ነክ ዝውውር (political migration) ሰዎች በሃገራቸው ካለው ወቅታዊ የፖለቲካ ቀውስ ወይም ከጦርነት ለማምለጥ በስደት የሚያደርጉት የሃገር ለውጥ ነው፡፡
4. ማሕበራዊ ነክ ዝውውር (environmental migration) ሰዎች የተፈጥሮ አደጋ ካስከተለው የመፈናቀል ሁኔታ ለማምለጥ የሚያደርጉት የሃገር ለውጥ ነው፡፡

(ምንጭ፡-
http://www.bbc.co.uk/schools/gcsebitesize/geography/migration/migration_trends_rev2.shtml)

በመገፋትና በመጎተት ውስጥ ያሉን ምርጫዎች

አንድ ሰው ያለበት ሁኔታ ስለገፋው ሃገር ሲቀይር ሊያስብበት የሚገባው ነገርና አንድ የሚያጓጓ ነገር ስለጎተተው ሃገር ሲቀይር ሊያስብበት የሚገባው ነገር የተለያዩ መልክ አላቸው፡፡

በመገፋት ውስጥ ያለህ ምርጫ

በዓለም ላይ ቁጥራቸው በሚልየን የሚቆጠር ሰዎች ከሚኖሩበት ሃገር በመፈናቀል መኖሪያ ፍለጋ ከአንዱ ሃገር ወደሌላኛው ሃገር ይንከራተታሉ፡፡ ይህ ከመገፋት የሚመጣ ዝውውር በሚገባ ካልተያዘ ከጥቅሙ ጉዳቱ ያመዝናል፡፡ በዚህ መልኩ ሃገር ለመቀየር ለሚያስብ ሰው የሚሰጥ አንድ ወጥ ምክር ለማዘጋጀት አስቸጋሪ ነው፡፡ ምክንያቱም የእያንዳንዱ ግለሰብ ሁኔታ ስለሚለያይ ማለት ነው፡፡ ሆኖም፣ አንድ ወጥ የሆነን አጠቃላይ መመሪያን መለገስ ተገቢ ነው፡፡

1. ከስነ-ልቦናዊ ቀውስ መጠበቅ

በመገፋት ተጽእኖ ምክንያት ከመንደርና ከሃገር ነቅሎ መሄድ ጥልቅ የሆነን ስነ-ልቦናዊ ጫና ያስከትላል፡፡ ከዚህ አይነቱ ቀውስ ነጻ ሊሆን የሚችል ሰው የመገኘቱ ሁኔታ አጠራጣሪ ቢሆንም፣ ያንን ሁኔታ አያያዛችን ግን ለወደፊቱ ኑሯችን ወሳኝነት አለው፡፡ ከአቅማችን በላይ በሆኑ የተፈጥሮ ሁኔታዎችም ሆነ ከሰዎች ክፋት የተነሳ የሚደርስ መፈናቀል የሚያስከትልብንን ቀውስ በትክክለኛው መንገድ ልንይዘው ይገባል፡፡

2. ሁኔታዎች እንደሚያልፉ መገንዘብ

ይህንን ሃሳብ በሁለት መልኩ ልንመለከተው እንችላለን፡፡ በአንድ ጎኑ፣ በጊዜው ከደረሰብን ሁኔታ የተነሳ በመደናገጥ በችኮላ ስፍራን ወደመልቀቅ አልፈን እንዳንሄድ መጠንቀቅ አስፈላጊ ነው፡፡ ምናልባት ሁኔታውን ትንሽ ብንታገሰው ከመፈናቀል እንጠበቅ ይሆናል፡፡ በሌላ ጎኑ ደግሞ በእርግጥ ካለብን ግፊት የተነሳ ራሳችንን

ባላሰብነው ቦታ ካገኘነው፣ ያም ሁኔታ በጊዜው እንደሚያልፍ በማመን በትእግስት ጽንአት መቆየት አማራጭ የሌለው መንገድ ነው።

3. ባለው እድል የተሻለን ነገር ለማድረግ መታገል

ከአቅምህ በላይ በሆነ ሁኔታ ስፍራህን ለመልቀቅ ስትገደድ ያለህ ምርጫ ምንድን ነው? ልትለውጠውና ልትቀለብሰው የማትችለውን ነገር ሲታገሉ መኖር ወይስ ከደረሱበት በመነሳት ለተሻለ ነገር መስራት? ምርጫውን ለአንተው እተወዋለሁ። ያለፈውን ተወት በማድረግ አሁን ካለህበት ሁኔታ ውስጥ የተሻለውን ፈልፍለህ ለማውጣት እንደምትነሳሳ እርግጠኛ ነኝ።

በመነተት ውስጥ ያለህ ምርጫ

አንዳንድ ሰዎች አሁን ካሉበት ሁኔታ የተሻለ ነገር እንዳለ የማሰብና ያንንም ሁኔታ ለማግኘት የተቻላቸውን በማድረግ ያምናሉ። ይህ እንከን የሌለበት እምነት ግን ሚዛኑ ተጠብቆለት ካልተያዘ "በመነቀል" እና "በመተከል" መካከል ተንጠልጥለን እንድንቀር ሊያደርገን ይችላል። አሁን ካለንበት ሁኔታ የተሻለ ለማግኘት ስንል ከለመድነው ስፍራ መልቀቅ እኛ በምናስበው መልኩ ቀላል አይደለም። ይህን ሁኔታ በተገቢው መልኩ ለመያዝ የሚከተሉትን ሃሳቦች እለግሳለሁ።

1. "እድልን" እና "አደጋን" አመዛዝን

በእድሜ ለጋ በሆንክባቸው ዓመታቶችህ ልትጋፈጣቸው የምትችላቸው የለውጥ ሁኔታዎችና በእድሜ በገፋህባቸው ዓመታቶችህ የምትወስዳቸው የለውጥ እርምጃዎች ይለያያሉ። ከዚህ ጋር አብሮ ሊታይ የሚገባው ያለህ ሃላፊነት ነው። በለውጥ ጊዜ በሚኖርህ ያለመረጋጋት ሁኔታ ለአደጋ የምታጋልጠው እንደቤተሰብ ያለ ሃላፊነት የመኖሩም ሁኔታ ግንዛቤ ውስጥ ሊገባ ይገባዋል። አንድ ሃገር ያለው እድል ስላጓጓህ ብቻ ስፍራን ነቅሎ መሄድ ሞኝነት ነው።

ምርጫና ውሳኔ / Choices and Decisions

2. የዓላማህንና የመኖሪያ ሃገርህን ግንኙነት ለይተህ እወቅ

በሕይወትህ ጽኑ የሆነን ዓላማ እንደ መልህቅ ተክለህ ከሆነ ዓላማህ ከምትኖርበት ሃገር ጋር የተያያዘ እንደሆነ ትደርስበታለህ፡፡ ሃገርን የመረጥጥ ሂደት እድል ስለጎተትህ ብቻ ሳይሆን ዓላማህ ስለጠየቀህም ጭምር የሚከናወን ሂደት ነው፡፡ ስለዚህም፣ “የት ልኑር?” ለሚለው ጥያቄ መልስን ከመስጠትህ በፊት፣ “የሕይወቴ ዋና ዓላማ ምንድን ነው?” ለሚለው ወሳኝ ጥያቄ መልስ የመስጠተህ ሂደት ሊቀድም ይገባል፡፡ ይህንን ሂደት ካልተከተልክ “የተሻለ እድል” ፍለጋ ከአንዱ ወደሌላው ስፍራ በመዘዋወር ድንኳንህን ስታፈርስና ስትዘረጋ ራስህን ማግኘትህ አይቀርም፡፡

3. የእድልንና የችግርን የማይፋታ ጥምረት አስታውስ

የችግሩ አይነትና ጥልቀት ይለያይ እንጂ፣ ሁሉም ሃገር የራሱ የሆነ ችግር አለው፡፡ ለምሳሌ፣ አሁን ከምትኖርበት ሃገር በመልቀቅ ወደ አንድ የአውሮፓ ሃገር ለመኖር የመሄድን ጉዳይ በሃሳብ የምታወጣና የምታወርድ ከሆነ፣ ምናባት አንድን ጥያቄ ለራስህ መጠየቅ ትችላለህ፡፡ “እዚህ ካለብኝ የኢኮኖሚ ውጥረትና ለመሄድ ባሰብኩበት ሃገር ውስጥ ካለው የዘረኝነት ጫና መካከል የትኛውን ለመሸከም ዝግጁ ነኝ?” ይህ ሁኔታ የምርጫ ጉዳይ ነው - አንድ ነገር ለማግኘት ስትል ለመታገስና ለመሸከም ፈቃደኛ የሆንክበትን ሁኔታ መምረጥ!

11

የትምህትር ዘርፍ ምርጫ

አንብበህም ሆነ በመደበኛ የትምህርት ተቋም ውስጥ ገብተህ ሰልጥነህ በቀላሉ ልትገነዘበው የምትችለውን ነገር ማወቅና ያንን መምረጥ የስኬትን ጎዳና ብዙ ተራምደህ እንድትጀምር ይረዳሃል፡፡

በአለም ዙሪያ በተለያዩ ዩኒቨርሲቲዎችና የተለያዩ የትምህርት ተቋሞች የሚሰጡ የትምህርት ዘርፎች ቁጥር በትክክል ባይታወቅም፣ ከ25 ሺህ በላይ እንደሚሆኑ ይገመታል (ምንጭ፡-http://www.webometrics.info/en/node/54)፡፡ እነዚህ የትምህርት ዘርፎች የመኖራቸውና በተቋማቱ በመሰጠት የመቀጠላቸው ምክንያት በዘርፎቹ መማርን የሚመርጡ ተማሪዎች በመኖራቸው ነው፡፡ ይህ "ምርጫ" በአንዳንድ በማደግ ላይ ባሉ አገሮች የግዴታ ምርጫ ሲሆን በበለጸጉ አገሮች ደግሞ በትክክል የምርጫ ጉዳይ ነው፡፡

ትምህርትንና ምርጫን በአንድ ላይ ካነሳን አይቀር በመጀመሪያ ከመንገድ ላይ ልናስወግደው የሚገባው የምርጫ አይነት በመማርና ባለመማር መካከል የሚደረግ ምርጫ ነው፡፡ አንዳንድ ሰዎች ምን ልማር በሚል ምርጫ ሲዋልሉ፣ ለሌሎ ሰዎች ግን የመማር ጉዳይ ቀድሞውኑ ሊታሰብና ምርጫ ውስጥ ሊገባ የማይችል ጉዳይ ነው፡፡

ይህ ምእራፍ ለአንዳንድ አንባቢዎች ብዙ የማያዳጓ ሊሆን ይችላል፡፡ ምክንያቱም ቀድሞውኑ የትምህርት ጉዳይ ሊያስተናግዱት የሚፈልጉት ሃሳብ ስላልሆነ ማለት ነው፡፡ የዚህ አመለካከት ምንጩ ብዙ ሲሆን ለምሳሌ ያህል የሚከተሉትን ማሰብ እንችላለን፡፡

1. የብቃት ገደብ

አንዳንድ ሰዎች እውቀትን የመገንዘብ ብቃት እንደሌላቸው ያስባሉ፡፡ ይህ አመለካከት እጅግ አደገኛ ሲሆን፣ ምንጩ ደግሞ ዘርፈ-ብዙ ነው፡፡ ገና በለጋነት የትምህርት አመቶቻችን ቀጣይ ትምህርትን ለመገንዘብ የሚያበቃን መሰረት ሳንጥል ማደግ አንዱ የዚህ አመለካከት መነሻ ሊሆን ይችላል፡፡ ሌላው ደግሞ ምናልባት ፈጽሞ ዝንባሌአችን ባልሆነው የትምህርት ዘርፍ ብቻ ከተገመገምንና እንደማይሳካልን ተፈርጀን ካደግን ይህንን ዝንባሌ ልናዳብር እንችላለን፡፡ "ብቁ አይደለሁም" ብሎ የማሰብ መንስኤ ያም ሆነ ይህ፣ አንዳንድ የግንዛቤን ሂደት የሚነኩ የጤና ችግሮች ከሌለበት በስተቀር ማንኛውም ሰው ለመማር የሚበቃ ማንነት አለው፡፡ ይህንን እውነታ አምኖ በመቀበል ራስን ማዘጋጀት መልካም ምርጫ ነው፡፡

2. የእድሜዬ ገደብ

አንዳንድ ሰዎች ለመማር የሚችሉበት የእድሜ ደረጃቸው እንዳለፈባቸው ስለሚያስቡ ለመማር ፍላጎትን ያጣሉ፡፡ የዚህ ሁኔታ መነሻው ከእድሜ ደረጃ ጋር ሳይሆን ከአመለካከት ጋር የሚዛመድ መሆኑን በቀላሉ ማወቅ እንችላን፡፡ አንዳንድ ገና በሃያዎቹ አመታቶቻቸው ላይ ያሉ ወጣቶች እንኳን ሳይቀሩ በዚህ ምክንያት ተይዘው ከመማር ሲገቱ ይታያሉ፡፡ ሌሎች ደግሞ በስልሳዎቹ አመቶቻቸው ላይ ሆነው እንኳን መማርን ሲቀጥሉ እንመለከታለን፡፡ ይህ ሁኔታ፣ ላለመማር የእድሜን ገደብ የሚያስቀምጡ ሰዎች ችግራቸው በእድሜ የመግፋት ሳይሆን የአመለካከት እንደሆነ እንደሚጠቁመን ማሰብ አያዳግትም፡፡

3. የግንዛቤ ገደብ

የመማርን ጥቅም አለመገንዘብ የአንዳንድ ሰዎች ገደብ ነው፡፡ ተምረው ያልተሳካላቸውን ሰዎች በማየትና ሳይማሩ የተሳካላቸው የሚመስሉ ሰዎችን በመመልከት ትምህርት ምንም ፋይዳ እንደሌለው ያስባሉ፡፡ ይህ ስህተት በአብዛኛው ትምህርትን ገንዘብ ከማግኘት ጥቅም ጋር ብቻ የማገናኘት ዝንባሌ ባላቸው ሰዎች ላይ የሚንጸባረቅ ነው፡፡ ሆኖም፣ የትምህርት ጥቅሙ ገንዘብ ብቻ አለመሆኑን ማወቅ አስፈላጊ ነው፡፡ ትምህርት፣ አእምሮን በማጎልበት፣ ንጽረተ-አለምን በማስፋትና ጤናማ የሆነን በራስ የመተማመን ስሜትን በመስጠት ዙሪያ ይህ ነው የማይባል አስተዋጽኦ አለው፡፡ በተጨማሪም ሌሎች ማሕበራዊ ነክ ጥቅሞች እንዳሉትም ማሰቡ አስፈላጊ ነው፡፡

4. የገንዘብ አቅም ገደብ

ትምህርት ቤት ገብቶ መማር ውድ እንደሆነ ካሰብ ባለመማር ኑሮን ጀምርና ሞክረው፡፡ ትምህርትን መማር ለጊዜው ከሚያስከፍለን ዋጋ ይልቅ ሳንማር ኑሮን ለመግፋት የምንከፍለው ዋጋ እጅግ ከፍተኛና ረጅም ርቀት የሚጓዝ ነው፡፡ ይህ ስሌት ግን በሚገባ ያሰቡበት ሰዎች ብቻ የሚገነዘቡት ስሌት ነው፡፡ ቀደም ሲል እንደጠቀስነው፣ መማር የሚያበለጽገን በገንዘብ ብቻ አይደለም፡፡ ለምሳሌ፣ በማስተማር ዘርፍ ውስጥ የተሰማሩ የማሕበረሰቡ አገልግሎት ሰጪዎችን ብንመለከት ምናልባት ከእነሱ ባነሰ ሁኔታ ከተማሩ ሰዎች ያነሰ ገቢ ሊኖራቸው ቢችልም ብዙዎችን በእውቀት በማሳደግ ረገድ ግን ባለጠጋ ናቸው፡፡

ምናልባት በትምህርት አስፈላጊነት ዙሪያ-ከላይ የተጠቀሱትን ሃሳቦች ስታነብ፣ "ሁሉም ሰው የግድ መማር አለበት" ወይም "ያልተማረ ሰው ጎዶሎ ሰው ነው" የሚል ግትር አቋም የማስፋፋት ዓላማ እንዳላቸው ካሰብክ ተሳስተሃል፡፡ የተማረ መልካምና ስኬታማ ዜጋ እንዳለ ሁሉ፣ ያልተማረ ስኬታማና ጠቃሚ የሕብረተሰብ ክፍል እንዳለ ለማወቅ ዙሪያችንን ማየት በቂ ነው፡፡ ያለመማር፣ ወይም በጥቂቱ የመማርም ሆነ ጥጉ ድረስ

የመማር ውሳኔ የየግለሰቡ ነው፤ ከምርጫው ውጤት ጋር የመኖሩም ግዴታ በራሱ ትከሻ ላይ ነው ያለው::

ለመማር የመረጠ ሰው ከዚያ በመቀጠል ሊያስብበት የሚገባው ጉዳይ የትምህርት ዘርፍን የመምረጥ ሁኔታ ነው:: ከዚህ በታች የትምህርት ዘርፍን አመራረጥ አንጻር አንዳንድ ሃሳቦችን እንመለከታለን::

የትምህርት ዘርፍ አመራረጥ ደረጃዎች

1. ዝንባሌን መለየት

የግልን ዝንባሌ ማወቅ የሚማሩትን ዘርፍ ለማወቅ የመጀመሪያው እርምጃ ነው:: ዝንባሌህን ለማወቅ ከፈለግህ በሰዎች ላይ ስትመለከት የሚያጓጓህንና ሃሳብህን የሚስበውንና የውስጥ መነሳሳትህን የሚቀሰቅሰውን ነገር ማጤን ትችላህ:: ከዚያም በተጨማሪ፣ ማየትና መስማት የሚያጓጓህን ነገር አጢነውና ምናልባት የዝንባሌህን ጫፍ ትይዘዋለህ ብዬ እስባለሁ:: ሁኔታው ግን እዚያ ላይ ስለማያበቃ ቀጣዩን ደረጃ መከተል አስፈላጊ ነው::

2. ችሎታንና ብቃትን ከዝንባሌህ ጋር ማጣጣም

የስሜት ብልህነት በተሰኘው መጽሐፌ ውስጥ ዘርፈ-ብዙ ብልህነት (Multiple Intelligence) የተሰኘውን ጽንሰ-ሃሳብ አስመልክቶ ሰፊ ማብራሪያ ስለሰጠሁ አንባቢዬ ያንን እንዲመለከት አሳስባለሁ:: በዚህ ጽንሰ-ሃሳብ መሰረት ሰዎች የቋንቋ ብልህነት፣ የሂሳብ ብልህነት፣ የምስል ብልህነት፣ አካላዊ ብልህነት፣ የሙዚቃ ብልህነት፣ "የሰው-ለሰው" ብልህነትና "የራስ-በራስ" ብልህነት ሊኖራቸው ይችላል:: ምናልባት ከላይ የተዘረዘሩትን ሃሳቦች ስታነብ ራስህን መመልከት ጀምረሃል ብዬ እጠረጥራለሁ:: ገና በለጋነት የትምህርት ልምምዶችህ ሲቀናህና ሲያጓጓህ የነበረውን የትምህርት ዘርፍ

ማስታወስ ትችላለህ፡፡ ይህንን በማድረግ ችሎታህን፣ ዝንባሌህንና ተሰጥኦህን የማወቅ ጉዞ መጀመር ትችላለህ፡፡

3. የስራ ስምሪት ፍላጎትን መለየት

የትምህርት ጉዳይ ከዝንባሌና ከችሎታ ጋር ብቻም ሳይሆን ወደፊት ሰርተንና አከናውነን ማለፍ ከምንፈልገው ነገር አንጻርም ሊታይ ይገባዋል፡፡ አንዳንድ ሰዎች ምንም እንኳን ዝንባሌአቸውና የሚቀናቸው ሌላ ነገር ቢሆንም፣ እነርሱ ግን ማከናወን ከሚፈልጉት ነገር አንጻር ከቀጠናቸው ወጣ በማለት ተጣጥረው አዲስ ነገርን ይማራሉ፡፡ ሁኔታው ለጊዜው ቢያታግላቸውም መሆንና ማድረግ የፈለጉት ዓላማቸው ስለሚገፋቸው ትግሉን ያሸንፉትና ያልፋሉ፡፡ በሕብረተሰባቸው ውስጥ የሚገኙ ክፍተቶችና መሰል ምክንያቶች ለዚህ አይነቱ ምርጫ የሚጋበዙ ሰዎች ቁጥር ቀላል አይደለም፡፡

12

የስራ ዘርፍ ምርጫ

የመነሻ ሃሳብህን ጥርት አድርገህ በማወቅና ከዚያ በመነሳት ትክክለኛ የስራ መስክን መምረጥ እንዴ ከባከነ ሊመለስ የማይችለውን የሕይወት ዘመንህን በትክክለኛው ነገር ላይ እንድታውለው ይረዳሃል፡፡

ቀደም ባለው ምእራፍ ውስጥ ጠቀስ አድርገን እንዳለፍነው፣ የተማሩት የትምህርት ዘርፍና የተሰማሩበት የስራ መስክ ምንም የማይገናኝ ስኬታማ ሰዎች አጋጥመውህ ይሆናል ብዬ አስባለሁ፡፡ ሰው ውስጡን ለማርካት አንድን የትምህርት ዘርፍ ሊከተል ይችላል፡፡ በተመሳሳይ ሁኔታ ሰዎች ለውስጥ እርካታ ብለው ከተማሩት የትምህርት ዘርፍ በማይገናኝ የስራ መስክ ውስጥ ተሰማርተው ይታያሉ፡፡ በተለይም በሚኖሩበት ሕብረተሰብ መካከል አንድን ለውጥ ለማምጣት የሚፈልጉ ሰዎች ከመስካቸው ወጣ በማለት ውስጣቸውን የሚያረካውንና ለሰዎች ጥቅም የሚውለውን ሲከታተሉ ራሳቸውን ያገኙታል፡፡

ለውስጥ እርካታ ሲሉ ብቻ አንድን የስራ መስክ የሚከታተሉ ሰዎች የመኖራቸውን ያህል፣ አንዳንድ ሰዎች አንድን የስራ መስክ የሚከተሉት አንድና አንድ የመነሻ ሃሳብ ያንን ዘርፍ በመከተል የሚገኘው ገንዘብ ሊሆን ይችላል፡፡ ትክክለኛውን የስራን መስክ ለመምረጥ የሚበቁ ሰዎች ግን አንድ የገባቸው ምስጢር እንዳለ እሙን ነው፡፡

"የስራ መስክን የመምረጫው የመጀመሪያ ደረጃ ራስን ማወቅ ነው፡፡ ራስን ማወቅ ደግሞ ችሎታህን (ሞያ)፣ እሴትህን፣ ፍላጎትህን፣ የግል ባህሪይህንና እንዲሁም ብርቱና ደካማ ጎንህን የሚጠቀልል ጉዳይ ነው፡፡ በመቀጠልም፣ ያለህን እድል መለየት፣ መወሰን እና እርምጃ መውሰድ ያስፈልጋል" (ምንጭ፡- (https://www.kent.ac.uk/careers/Choosing/choosingintro.htm)፡፡

በእርግጥም ራስን ማወቅ፣ ማለትም፣ ብርቱ ጎንን፣ ደካማ ጎንን፣ የውስጥ ጉጉትን፣ ጽኑ ፍላጎትንና የመሳሰሉትን የግል ሁኔታዎች መለየት ራስን ማወቅ የሚያካትታቸው ነጥቦች ናቸው፡፡ ጉዳዩ ግን እዚያ ላይ አያበቃም፡፡ ራስን ከማወቅ ጋር በአጋርነት የሚሰሩ በርካታ ልምምዶች አሉ፡፡

እድልን መለየት

ምንም እንኳን በአንድ የስራ መስክ የመሰማራት ጽኑ ፍላጎት ቢኖርህ፣ ያለህበት ስፍራ ለዚያ ስራ ምንም እድል የማይገኝበት አካባቢ ከሆነ ፍላጎትህ ምኞት ብቻ ሆኖ ይቀራል፡፡ የዝንባሌህ፣ የችሎታህና የፍላጎትህ ሁኔታ በአካባቢህ ካለው እድል ጋር ካልተገናኘ ራስህን በመጠየቅ እንደገና እቅድህን ልትከልሰው ይገባህ ይሆናል፡፡ ለምሳሌ፣ በአንዲት ገጠር አካባቢ የሚኖር ወጣት የጠፈር ሳይንስ የስራ መስክ ውስጥ ለመሰማራት ምኞት ቢኖረው፣ ለወደፊት ከሚኖረው እድል አንጻር መታገሉ ባይከፋም በአካባቢው ካለው እድል አንጻር ሲታይ ግን ሁኔታውን እንደገና እንዲያጤነው ይመከራል፡፡ አለዚያ ጊዜ ከማባከንና የስሜት ጉዳትን ከማትረፍ አልፎ መሄድ አይችልም፡፡

መወሰንና መራመድ

ከዚህ በታች የሰፈረው ሃሳብ "የገንዘብ ነጻነት ቁልፎች" ከተሰኘው መጽሐፌ የተወሰደ ሲሆን፣ የዚህን ምእራፍ ሃሳብ የሚመግብ በመሆኑ ከምእራፉ ዋና ነጥብ ጋር እንዲነበብ እዚህ ተዛምዶ ቀርቧል፡፡

ከመወሰንህ በፊት በመጀመሪያ ልትለየው የሚገባህ ጉዳይ የፍላጎትህን ጉዳይ ነው ብለናል፡፡ ማንነትህ ፍላጎትህን የመከተል ዝንባሌ አለው፡፡ ስለዚህ በመጀመሪያ፣ ፍላጎትህ ምን እንደሆነ ማወቅ አስፈላጊ ነው፡፡ በመቀጠልም፣ ፍላጎትህ ትክክለኛና ሚዛናዊ የመሆኑን ጉዳይ ለማወቅ በሚገባ ማሰብ አለብህ፡፡ ምናልባት የተዛባና ሚዛናዊነት የጎደለው ፍላጎት ካለህ ያንን ማረም እንዳለብህ አትርሳ፡፡ እነዚህን ሁኔታዎች በሚገባ ካጤንክ በኋላ ውስጥህ የተቀበለውንና ምቾት የሚሰጥህን የፍላጎት መስክ ለመከተል መወሰን ትችላለህ፡፡

በአንድ መስሪያ ቤት ውስጥ ተቀጥረህ የመስራት ፍላጎት ነው ያለህ ወይስ የግል ስራ ላይ የመሰማራት? ይህ ጥያቄ በትክክል መመለስ ያለበት ጥያቄ ነው፡፡ አንዳንድ ሰዎች በግል የመስራትን ውጥረትም ሆነ ሌሎች ተጨማሪ ሃላፊነቶች በፍጹም ስለማይፈልጉ በአንድ መስሪያ ቤት ታማኝ ሰራተኛ በመሆን የወር ደሞዝ ተከፋይ ሆኖ መኖርን ይመርጣሉ፡፡ ሌሎች ደግሞ በአንድ መስሪያ ቤት ቅጥረኛ ሆኖ መስራት ጊዜን ማባከን እንደሆነና ከዚያ ወጥተው በግላቸው ቢሰሩ ብዙ ሊሻሻሉ እንደሚችሉ ያስባሉ፡፡ በሁለቱ ሃሳቦች መካከል ለመምረጥ ስታስብ በምርጫህ ላይ ተጽእኖ የሚያመጡ ሁለት ሁኔታዎች አሉ፡፡

አንደኛው የገቢህ ሁኔታ ነው፡፡ ምናልባት በግልህ መስራት የምትመርጠው ተቀጥረህ ስትሰራ ከምታገኘው የገንዘብ መጠን ማግኘት እንደምትችል ስለምታስብ ይሆናል፡፡ ይህንን ለመወሰን በቅጥር ስራህ የምታገኘውን የወር ደሞዝ በማሰብ በዚያ ደሞዝ ምን ያህል ልትደላደል እንደምትችልና በዚያ ስራ ላይ የመቆየትህ አስተማማኝነት አብሮ ታሳቢ ሊሆን ይገባዋል፡፡

ሁለተኛው፣ የፍላጎትና የመነሳሳት ሁኔታ ነው፡፡ ለኢንቨስትመንት፣ ለንግድና ለመሳሰሉት ሁኔታዎች የተነሳሳ ዝንባሌ አለኝ ብለህ ታምናለህ? ወይስ ተቀጥሮ የመስራት ሁኔታ ያነሳሳሃል? ይህ የምርጫ ጉዳይ ነው፡፡ ምርጫህ ግን የውስጥ እርካታን በገቢ ከመደላደል ጋር ያጣጣመ ሊሆን የግድ ነው፡፡

የቅጥር ስራ

በርካታ በገንዘብ የመበልጸግን ስልት የሚያስተምሩ አዋቂዎች አንድ ሰው በገንዘብ ለመበልጸግ ከፈለገ ከቅጥር ስራ መውጣት አለበት ብለው ያስተምራሉ:: ይህ ትምህርት ግን ከፍላጎትና ከገቢ ምንጭ አንጻር ሊታይ የሚገባው ትምህርት ነው:: ምርጫህ በአንድ ድርጅት ተቀጥሮ የመስራት ከሆነ ውሳኔህ ሙሉና ሚዛናዊ እንዲሆን ልታስባቸው የሚገቡህ ነጥቦች አሉ::

ለምሳሌነት ዋና ዋናዎቹን ጠቀስ ስናደርግ፡- የተሰማራህበትን የስራ መስክ የመውደድህና የውስጥ እርካታ የማግኘትህ ሁኔታ፣ የተሰማራህበት የስራ መስክ የማሻሻል ተልእኮ እንዳለህ የማመንህ ሁኔታ፣ የግልህን ስራ ለመጀመር እስከትችል ድረስ በቅጥረኝነት ለመቆየት የመፈለግህ ሁኔታ፣ የግል ስራ የመስራት ፍላጎት ያለመኖር ሁኔታ እና በስራህ ከምታገኘው ገቢ ራስህንም ሆነ ቤተሰብህን ለመደገፍና ለማደላደል የመቻልህ ሁኔታ:: እነዚህን ሁኔታዎች በሚገባ አስበህባቸው ምርጫህ በቅጥር ስራ የመሰማራት ከሆነ በዚያ መስክ የመሰማራት መብቱ የአንተ ነው::

የግል ስራ

ምርጫህ የግል ስራ የመስራት ከሆነ ውሳኔህ ሙሉና ሚዛናዊ እንዲሆን ልታስባቸው የሚገቡህ ነጥቦች አሉ:: ዋና ዋናዎቹ፡- ተቀጥሮ የመስራት ፍላጎቱና መነሳሳቱ ከሌለህ፣ የፈጠራ ብቃት እንዳለህ ካመንክ፣ በግልህ የመስራትና “ኢንቨስትመንት” ውስጥ የመግባት ብቃቱና መነሳሳቱ ካለህ፣ ተቀጥረህ ከምታገኘው የገቢ መጠን ይልቅ በግልህ በመስራት የበለጠ የምታገኝ ከሆነ፣ የግልን ስራ ለመስራት የሚያስችል የመነሻ ገንዘብ ካለህ፣ በግል የመስራት ጽኑ ፍላጎት ካለህ … :: እነዚህንና መሰል ሁኔታዎች በሚገባ ካጤንክ በኋላ ወደ ግል ስራ ማዘንበልህ ተገቢ ሊሆን ይችላል::

የሁለቱ ውህደት

ለአንዳንድ ሰዎች የቅጥርንና የግል ስራን አጣጥሞና ሁለቱንም ይዞ መሄድ ስለማይከብዳቸው ያንን መስመር ቢከተሉ ጠቃሚ ነው፡፡ ምናልባት የቅጥር ስራህን ሳትለቅ የግል ስራ ወይም "ኢንቨስትመንት" ውስጥ የመግባት ፍላጎት ካለህ ልታስብባቸው የሚገቡህ ነጥቦች አሉ፡፡

ለምሳሌነት ዋና ዋናዎቹን ጠቀስ ስናደርግ፡- በቅጥር ስራ ውስጥ እያለህ የግል ስራ ለመጀመር የሚያስችል በቂ ገንዘብ ካለህ፣ ሁለቱንም የመያዝ ጊዜውና ጥንካሬው ካለህ፣ የግልህ ስራ አንተ በሌለህበት ሁኔታ የመቀጠልና የማትረፍ አደረጃጀት ካለው፣ አንተንና ጊዜህን የማይፈልግ "ኢንቨስትመንት" ውስጥ መግባት ከቻልክ፣ ቀስ በቀስ ከቅጥር ስራ የመልቀቅን ሂደት መጀመር ከፈለክ ...፡፡ እነዚህን ሁኔታዎች በሚገባ ካሰብክባቸው በኋላ ቅጥረኝነትንና የግል ስራን በማስታረቅና አብሮ በመያዝ መንቀሳቀስ ትችላለህ፡፡

13

የቅርብ ጓደኛ ምርጫ

አመለካከትህ የምትመርጠውን ጓደኛ ይወስናል፤ አብረህ የምትከርመው ጓደኛ ደግሞ በተራው አመለካከትህን የመወሰን ጉልበት ስላለው ወደ ሕይወትህ ዘልቆ እንዲገባ የምትፈቅድለትን ሰው በጥንቃቄ ምረጥ::

ታዋቂው ፈላስፋ አሪስቶትል ሶስት አይነት የጓደኝነት ደረጃዎችን ይጠቅሳል፡-

የመጀመሪያው ደረጃ "አገልግሎት ተኮር" ጓደኝነት ነው:: ይህ የጓደኝነት ደረጃ አንዱ ከሌላኛው በሚያገኘው ጥቅም ላይ በተመሰረተ መልኩ ጓደኝነት ሲፈጠር የሚከናወን ነው:: ይህንን አይነቱን ግንኑነት፣ "በቀላሉ የሚሟሟ" እና ጥልቀት የለሽ በማለት ይገልጠዋል፣ አሪስቶትል:: ግንኙነቱን የፈጠረው ነገር ሲፈርስ ጓደኝነቱም አብሮ ይፈርሳል::

ሁለተኛው ደረጃ በደስታ ላይ የተመሰረተ ጓደኝነት ነው:: አንዱ በሌላው ላይ ባየው እውቀት፣ ውበት ወይም ሌሎች ሁኔታዎች በመሳብ የሚመሰረት ጓደኝነት ነው:: ይህ አይነቱ ጓደኝነት "ከአገልግሎት ተኮር ጓደኝነት" የሚለየው በዚህኛው ጓደኝነት ውስጥ ከመጠቃቀም ይልቅ አብሮ የመደሰትና የጋራን ነገር የማድረግ ነገር ስለሚጎላ ነው::

ከላይ የተጠቀሱት የጓደኝነት ገጽታዎች ጊዜያዊ ናቸው፡፡ ምክንያቱም ሁለቱም የተመሰረቱት በጥቅም እና በጋራ ደስታ ላይ ስለሆነ ነው፡፡ የጥቅም ፍላጎትና የደስታ ሁኔታ ከጊዜ በኋላ ስለሚለዋወጥ፣ የጓደኝነቱም ሁኔታ አብሮ ይለወጣል፡፡

ሶስተኛው ደረጃ በመልካምነት ላይ የተመሰረተ ጓደኝነት ነው፡፡ በዚህ ሁኔታ የተቀራረቡ ጓደኛሞች አንዱ የሌላኛውን መልካም ጎን በማድነቅና ያንንም መልካም ጎን ለማሳደግ በማበረታታት ላይ የተመሰረተ ነው፡፡ እነዚህ ወዳጆች አንዱ የሌላኛውን ስብእናና ማንነት በማክበርና በመቀበል ላይ ጓደኝነታቸውን ይመሰርታሉ፡፡ አሪስቶትል ይህን መሰሉን ጓደኝነት፣ “መልካምና ተመሳሳይ ጨዋ ባህሪይ ባላቸው ሰዎች መካከል የሚፈጠር ሙሉ የሆነ ጓደኝነት” ይለዋል፡፡ ጓደኛን በመውደድና የእርሱን መልካም ነገር በመመኘት ላይ የተመሰረተውን ይህንን ቅርበት አሪስቶትል፣ የላቀ የጓደኝነት ደረጃ እንደሆነ ይጠቁመናል (ምንጭ፡- https://aquileana.wordpress.com/2014/02/11/aristotles-nichomachean-ethics-three-types-of-friendship-based-on-utility-pleasure-and-goodness/፡፡

ከላይ የጠቀስነው የአሪስቶትል ፍልስፍና እንደ ግል አመለካከታችንና የእምነት ቅኝት የመተርጎም መብታችን የተጠበቀ ነው፡፡ ሃሳቡ የተጠቀሰበት ዋነኛ አላማ ጓደኝነትን አስመልክቶ ተጽእኖና ተሰሚነት ያላቸው ሰዎች ምን እንደሚሉ ለማስታወስና በጉዳዩ እንድናስብበት ለማነሳሳት ነው፡፡

“ጓደኝነት እንደ ሊፍት (Lift / Elivator) ነው፡፡ ወይ ወደላይ ያወጣሃል ወይም ደግሞ ወደታች ያወርድሃል” የሚል አባባል አለ፡፡ ሌላ ረዘም ላለ ጊዜ የከረመ አባባል፣ “በአጠገብህ የሚገኙ የአምስቱ ቅርብ ጓደኞችህ ጭማቂ ነህ” ይላል፡፡ እነዚህ አባባሎች ልቦናን የሚያነቃ እውነት ይዘዋል፡፡ የቅርብ ጓደኞችህን የያዝከበት የራስህ የሆነ ምክንያት ቢኖርህም፣ ለውጥ ለማምጣት በምትፈልግበት ጊዜ በዙሪያህ የሚገኙት ሰዎች ምን አይነት ሰዎች እንደሆኑ ማሰብ መጀመርህ አይቀርም፡፡

ከዚህ በታች ጓደኛን ስትመርጥ ሊኖርህ ስለሚገባ የምርጫ መመዘኛ የሚያስተምሩ ነጥቦችን ታገኛለህ፡፡

1. "ወደ ላይ" ምረጥ

የማደግና የመሻሻል ፍላጎቱ ካለህ የምትይዛቸው ጓደኞች ከአንተ ከፍ ያሉ እንዲሆኑ ትመከራለህ፡፡ ከፍ ያሉ ሰዎች ከፍ ያደርጉሃል፡፡ የበሰሉ ሰዎች ብስለትን ያስተዋውቁሃል፡፡ ይህንኑ ተመሳሳይ መርህ በመከተል የአንተን ላቅ ያለ ደረጃ ፍለጋ አንተን የሚቀርቡህ ሰዎች የመኖራቸው ሁኔታ እንደተጠበቀ ሆኖ፣ አንተ ግን ወደ ላይ መመልከትህን መዘንጋት የለብህም፡፡

2. ተመሳሳይ መርህ ያለውን ምረጥ

በልዩነት ውስጥ ያለውን ውበት ሳንክድ፣ አመለካከትንና መርህን አስመልክቶ ግን ተመሳሳይነት ያላቸውን ሰዎች መቅረብ ስኬታማ ያደርግሃል፡፡ መርህን አስመልክቶ ልዩነታችሁ ከጎላ ሰዎች ጋር ጓደኝነት መያዝ፣ ወደፊት ከመራመድ ይልቅ ልዩነትን በማስታረቅ ዙሪያ የሚሽከረከር ግንኙነት ውስጥ እንድትቀር ያደርግሃል፡፡ የሁሉንም ሰዎች የግል አመለካከት ማክበር ብስለት ነው፣ መሰሎችህን መርጠህ ማቅረብ ግን ብልህነት ነው፡፡

3. ተመሳሳይ ግብ ያለውን ምረጥ

ተመሳሳይ ግብ ካላቸው ሰዎች ጋር መወዳጀት ካለው ጥቅም አንዱና ዋነኛው የመደጋገፍና የመበረታታት ጉዳይ ነው፡፡ ለምሳሌ፣ አንተ ያለህ ግብ ሕብረተሰብህን የማገልገል ከሆነና የቀረብከው ጓደኛ ዋና ግቡ በገንዘብ የመበልጸግ ብቻ ከሆነ የጋራ የሆነን ሃሳብ በመወያየት የሞራልና የተግባር ድጋፍ መለዋወጥ ሊያስቸግራችሁ ይችላል፡፡ ምናልባትም ከገንቢ ውይይቶቻችሁ ይልቅ ክርክሮቻችሁ ሊበዙ ይችላሉ፡፡

4. በስኬትህ ደስ የሚለውን ምረጥ

ይህንን በፍጹም አትዘንጋ፣ ሲሳካልህ እውነተኛ ደስታን የማይገልጥ ሰው ለጓደኝነት አይሆንህም፡፡ በተሳካልህ ቁጥር ከአንተ ጥቅምን እንደሚፈልግ የሚያሳይ፣ ስለስኬትህ ስትነግረው ብዙም ሃሳብ የማይሰጥ፣ ስኬትህን አስምልክቶ ከአንተ ጀርባ ለሌሎች የሚያወራና የመሳሰሉት ባህሪይ የሚያንጸባርቅን ሰው ጓደኛ ከማድረግህ በፊት ደግመህ ልታስብበት ይገባል፡፡

5. በውድቀትና በችግር የማይለይህን ምረጥ

እውነተኛ ጓደኛ ከሚለካባቸው መመዘኛዎቹ አንዱ በችግርህ ጊዜ የሚገለጥ ባህሪይ ነው፡፡ ሁሉም ነገር በተሟላልህ ወቅት አብሮህ ሆኖ፣ ሁኔታዎች እንደ ቀድሞው አልሆን ሲሉህና ነገሮች ሲፈራርሱብህ ከአንተ ዘወር የሚል ባህሪይ ያለበት ሰው አይበጅህም፡፡ እንዲህ አይነት ሰዎች ከአንተ ከሚያገኙት ጥቅም አንጻር ብቻ የሚቀርቡህ ናቸውና ስሜትህን ጠብቅ፡፡

6. እውነቱን የሚነግርህን ምረጥ

ከምትናገረውና ከምታደርገው ነገር ሁሉ ጋር የሚስማማን ሰው ጓደኛ ከማድረግህ በፊት በሚገባ ማሰብ አለብህ፡፡ እንዲህ አይነቱን ሰው ከምታይበት ሌላ ባህሪ አንዱ አንተ ጋር ሲሆን አንተን ደስ የሚልህን ብቻ እየመረጠ የመንገር ሁኔታ ነው፡፡ እንዲህ አይነቱ ሰው መስማት የምትፈልገውን ብቻ እየለቀመ ይነግርሃል፡፡ እውነተኛ ወዳጅ ግን እየወደደህና እያከበረህ፣ ቢያምህም እውነቱን ይነግርሃል፡፡ ይህ አይነቱ ሰው ባለውለታህ እንጂ ጠላትህ አይደለም፡፡

7. ማንነትህን የሚቀበልን ምረጥ

ስህተትህን ሳይደብቅ እውነቱን እየነገረህ፣ ነገር ግን ማንነትህን ከነስህተትህና ከነጉድለትህ የሚቀበልን ሰው ማግኘት ታላቅ እድል ነው፡፡ እንዲህ አይነቱን ሰው ካገኘህ

ለጓደኝነት አትለፈው:: እውነተኛ ጓደኛ ብርቱውንም ሆነ ደካማውን ጎንህን በሚገባ እያወቀ የሚቀበልህ ሰው ነው:: እንዲህ አይነቱ ሰው ባወቀህ መጠን አይንቅህም፤ እንዲያውም ባወቀህ መጠን በወዳጅነቱ እየተመቻቸ ይሄዳል:: በተጨማሪ፣ እውነተኛ ወዳጅ ዘርህን፣ መልክና ቁመናህን፣ እንዲሁም ሁለንተናህን የሚቀበል ሰው መሆኑን አትዘንጋ::

8. መስመርህን የሚያከብርን ምረጥ

ጨዋ ጓደኛ የግልህን መስመር ይጠብቅልሃል:: መሆንና ማድረግ የማትፈልገውን ያከብራል:: ትክክለኛ ጓደኛ የግል ሕይወትህን አስመልክቶ የፈቀድክለት ድረስ ነው የሚገባው:: እውነተኛ ጓደኛ በአንተ ህይወት መብተኝነት አይሰማውም:: እንዲያውም በተቃራኒው የፈቀድክለትን የመቅረብ መብት እንደ እድል ይቆጥረዋል፣ በአክብሮትም ይይዘዋል:: የሚበጅህ ጓደኛ፣ ጓደኝነት ማለት በየቀኑ መገናኘት፣ አብሮ ውሎ አብሮ ማደር፣ አብሮ መላስና መቅመስ እንዳልሆነ በሚገባ ያውቃል:: ሌላ ማሕበራዊና ግላዊ ህይወት እንዳለህም በማወቅ ለቀቅ ያደርግሃል:: ልቡ ግን ሁል ጊዜ ከአንተ ጋር ነው::

9. ድብቅ ያልሆነውን ምረጥ

ማን እንደሆነ፣ ምን እንደሚያደርግ፣ ከየት እንደሚመጣና ወደ የት እንደሚሄድ በቅጡ የማይታውቀውን ሰው ከመወዳጀት ቆጠብ ማለት ይበጅሃል:: ጓደኛ ሊታይ፣ ሊደመጥ፣ ሊዳሰስ ይገባዋል:: በተለያዩ የማሕበራዊ የመገናኛ መረቦች ላይ "በስም" እና "በፎቶ" ለተዋወከው ሰው ሁሉ ልቦናንና ስሜትን መክፈት ከመስመር ያወጣሃል፣ አልፎም የስሜት ቁስል መሆኑ አይቀርም::

14

የፍቅረኛ ምርጫ

አንተ አለኝ ከምትለው መርህም ሆነ የሕይወት አቅጣጫ ጋር ፈጽሞ ሊጣጣምና ሊታረቅ የማይችልን ሁኔታ ከያዘ ሰው ጋር የእድሜ ልክ ኪዳን ለመግባት መወሰን በቀላሉ የምትመለከተው ምርጫ እንዳልሆነ አትዘንጋ፡፡

በሕይወትህ ልትወስናቸው ከምትችላቸው ታላላቅ ውሳኔዎች መካከል የትዳር ጓደኛህን የመምረጥ ውሳኔ አንዱ ነው፡፡ የትዳርን ምርጫ ግዙፍ ነው የምንልበት ምክንያት ተጽእኖው ከትውልድ ወደ ትውልድ የመዝለቁ ጉዳይ ሲሆን፣ በተጨማሪም ማንኛውም ሕብረተሰብ የሚመሰረተው ፈጣሪ ባስቀመጠው በዚህ ምሰሶ ላይ በመሆኑ ነው፡፡ እንደ እውነቱ ከሆነ፣ ሃገር የሚባል ነገር የለም፤ ቤተሰብ የሚባል ነገር ነው ያለው፡፡ ተቋም የሚባል ነገርም የለም፤ ቤተሰብ የሚባል ነገር ነው ያለው፡፡ ይህ ማለት እነዚህና መሰል ነገሮች የተመሰረቱት ቤተሰብ ስላለ ነው፡፡

አንዳንድ ሰዎች ይህንን የሚያክል ግዙፍ የውሳኔ መስክ ውስጥ ፈጥነውና በሚገባ ሳያስቡበት ይገባሉ፡፡ የዚህ ጥበብ የለሽ እርምጃ ሰበብ ጠልቆ የሚቆርጥ ጉዳይ ነው፡፡ አንድ ሰው የማይዘልቅ ትዳር ውስጥ ሲገባ ራሱን ከመጉዳት አልፎ፣ የትዳር ጓደኛውንና ልጆችን፣ አልፎም የልጅ ልጆችን ቀውስ ውስጥ ሊጨምር ለሚችል ነገር ራሱን ይጋብዛል፡፡

እንደ ሰሜን አሜሪካ ባሉ ምዕራባውያን ሃገሮች ውስጥ ሃምሳ በመቶው ትዳር መጨረሻው ፍቺ ነው:: በዚህ ጽሑፍ ውስጥ በእርግጠኝነት ለማካተት የሚቻ መረጃ ለጊዜው ባይኖረንም፣ እንደ ኢትዮጲያ ባሉ የአፍሪካ ሃገሮች ውስጥም ቢሆን ሁኔታ ብዙም አይተናነስም::

ከፍቺ አሉታዊ ተጽእኖዎች መካከል አንዱ የኢኮኖሚ ቀውስ ነው:: ባልና ሚስቶች በጋብቻ ወቅት ከነበራቸው የኢኮኖሚ አቅም በብዙ ፐርሰንት ከፍቺ በኋላ ይቀንሳል:: ከኢኮኖሚ አቅም መቀነስ ባለፈ ሁኔታ፣ ወላጆቻቸው የተፋቱ ልጆች ለፍቺው ምክንያት እነሱ እንደሆነ በማሰብ ጸጸት ውስጥ ራሳቸውን ያገኙታል:: የመገፋቱ ስሜት፣ ትምህርትን ለመገንዘብ ያለመቻል ሁኔታ፣ በተለያዩ ሱሶች የመጠመድ ችግርና የቤተሰብን የፍቺ ሁኔታ የመድገም ባህሪይ ይታይባቸዋል::

በእናት ወይም በአባት ብቻ ያደጉ ልጆች፣ ከጋብቻ ኪዳን ውጪ የሚወለዱ ልጆችና እንዲሁም ከወላጆች እንክብካቤ ውጪ ያደጉ ልጆች ለተበላሸ የወደፊት የመጋለጣቸው እድል የጎላ እንደሆነ በጥናቶች የተጠቆመ ጉዳይ ነው (ምንጭ:- http://newsweekly.com.au/article.php?id=56299)::

ይህንንና እዚህ ያልተጠቀሱ ሌሎች ቀውሶች የሚያስከትለው "ፍቺ" የተሰኘ ችግር መንስኤው ምንድን ነው? በማለት ጠይቀን ቀላል መልስ ብናገኝ መልካም ነበር:: መልሱ ግን የችግሩን ያህል ውስብስብ ነው:: በዚህ ጉዳይ ላይ ጠለቅ ያለ ጥናት ማድረግ የዚህ ጽሑፍ ዋና አላማ ባለመሆኑ የትዳር ጓደኛን አመራረጥ አስመልክቶ መሰረታዊ ነጥቦች እናነሳለን::

እንደ እምነትህ፣ እንደ ባህልህና እንደ ግንዛቤህ የትዳር ጓደኛን የመምረጥ መብትህ እንደተጠበቀ ሆኖ፣ ልትዘነጋቸው የማይገቡህ መሰረታዊ ሃሳቦች ግን ሊሰመርባቸው ይገባል:: አንዳንድ መነሻ ሃሳቦችን ለመንደርደሪያ ለመጥቀስ ያህል የሚከተሉትን ላስታውስህ::

ምርጫና ውሳኔ / Choices and Decisions

1. መማረክንና ፍቅርን አታምታታ

እንደመነሻ ያህል “ውበት” ግላዊ እይታ እንደሆነ በማስታወስ ልቀጥል፡፡ ለአንተ “ውብ” የሆነው ሰውም ሆነ ሁኔታ ለሌላው ላይሆን ስለሚችል ማለት ነው፡፡ ያም ሆነ ይህ፣ ውጫዊ ውበትን እንደ ብቸኛ መስፈርት አስቀምጠህ በዚያ ስለተማረክ ብቻ ወደ ትዳር የሚወስድ ፍቅር እንደያዘህ ከገመትክ ጎዶሎ ግንዛቤ ውስጥ እንዳትገባ ጥንቃቄ ያስፈልጋል፡፡ የገጽታ ውበትን አስፈላጊነት ሳንክድ፣ እርሱ ለብቻው እንደመስፈርት ሲቀመጥ ግን ብዙ ጉድለቶች አሉት፡፡ በገጽታ ስከተማረክ ብቻ በአመለካከት ፈጽሞ ከማትመጣጠነው ሰው ጋር እስከወዲያኛው የመኖርን ምርጫ በሚገባ ልታስብበት ይገባል፡፡ በተጨማሪም የውበትን ተለዋዋጭነት ወደ ስሌቱ አምጣው፡፡ ዛሬ ውብ የሆነው ጉዳይ ከተለያዩ ሁኔታዎች የተነሳ ነገ ላይኖር ይችላል፡፡

2. አድናቆትንና ፍቅርን አታምታታ

አንድ እጅግ ዝነኛ የሆነን ሰው ስንቶች ሊያዩት፣ ሊሰሙትና ሊዳስሱት እንደሚፈልጉ አስበኸው ታውቃለህ ብዬ እገምታለሁ፡፡ ለአንድ ሰው ያለህ የአድንቆት ስሜት ፍቅር ሊሰጥህ ለሚችለው ስሜት ጋር የመቀራረብ ባህሪይ አለው፡፡ ያደነቁትን ሰው አግብተው በደስተኛነት የቀጠሉ ሰዎች መኖራቸው እንደተጠበቀ ሆኖ፣ ሁኔታው ሊሰጠን ከሚችለው ፍቅር መሰል ስሜት የመጠበቅን ጉዳይ ግን ሊታሰብበት ይገባዋል፡፡

3. አጋርንና ፍቅረኛን አታምታታ

በብቸኝነት ስሜት ውስጥ ሆነን ያለንበት ሁኔታ የማንወጣው ሲመስለን ለመጀመሪያ ጊዜ ከቀረበን፣ ከደገፈንና ያንን ስሜት ካስታገሰልን ሰው ጋር የመጣበቅ ዝንባሌ አለን፡፡ ይህንን የተሰፋ ስሜት ከፍቅር ስሜት ጋር ማምታታት በኋላ ወደምንጸጸትበት ውሳኔ ውስጥ ሊጨምረን ይችላል፡፡ በዚህ ሁኔታ ተቀራርበው ወደዘለቀ ጋብቻ የሄዱ ሰዎች መኖራቸውን ባንክድም፣ ከብቸኝነትም ሆነ ከሌሎች ችግሮች የሚያወጡን ሰዎች ለጊዜው አጋሮቻችን ናቸው ማለት ዘላቂ ፍቅር አለን ለማለት ያስቸግራል፡፡

4. ወሲባዊ እርካታንና ፍቅርን አታምታታ

ባላቸው የወሲብ ሕይወት ልቅ የሆኑ ሰዎችን ብትጠይቃቸው ከተለያዩ ሰዎች ጋር የነበራቸው ወሲባዊ ግንኙነት “እርኪ” እንደነበር ሊነግሩህ ይችላሉ:: “ከእርካታው” በኋላ ግን ሌላ “እርካታ” ፍለጋ ወደሌላ ሰው አልፈው ሲሄዱ ራሳቸውን ያገኙታል:: ከትዳር አጋር ውጪ የሚከናወን ልቅ ወሲብ ስላለው መዘዝ ለመነጋገር ሌላ ሰፊ ጽሑፍ ያስፈልገዋል:: እዚህ ክፍል ላይ ለመጠቆም የተፈለገው ወሲብ (Sex) ለብቻው የፍቅር መግለጫ እንዳልሆነና የትዳር አጋርን ስንመርጥ ሌሎች ትክክለኛ መስፈርቶችን መጠቀም እንዳለብን ነው::

መስመሩን የጠበቀ አመጣጥ

አንድ ሰው ወደ አንተ የመጣበት አመጣጡ ከአንተ ጋር የመቆየቱንና ያለመቆየቱን ሁኔታ ይወስናል::

1. የመቀባበልን ሕግ ተገንዝቦ የመጣ

ከፍቅረኛህ ጋር ያለህ ግንኙነት እውነተኛና ዘላቂ የመሆኑ ምልክት አንዱ ከጋብቻ በፊት ሁሉን ነገር በግልጽ መተዋወቃችሁ ጉዳይ ነው:: ዛሬ ግንኙነቱ ላለማጣት የተደበቀ ነገር የኋላ ኋላ መገለጡና መዘዝ ይዞ ብቅ ማለቱ አይቀርም:: ትክክለኛ ፍቅር ሁሉን አውቆ ከነጉድለት መቀባበልን ያቀፈ ነው::

2. ያለህን ሳይሆን አንተን ፈልጎ የመጣ

እኛን ሳይሆን ያለንን ነገር ተከትሎ ከመጣ ሰው ጋር ዘላቂነት ያለውና ጥራት ያለው አብሮነት የመኖራችን ሁኔታ አጠራጣሪ ነው:: በአንድ ጎኑ ዛሬ ያለኝ ነገር ነገ ሊጠፋ ይችላል:: በሌላ ጎኑ ደግሞ ያለውን ሰው እየፈለገ የሚከታተል ሰው ነገ የተሻለ ሲያገኝ መሄዱ አይቀርም::

3. "ትቶ" የመጣ

ከቤተሰቦቹም ሆነ ከቀድሞ ጓደኞቹ ጋር ያለውን ግንኙነት ከፍቅር ሕይወቱ ጋር በሚዛናዊነት ለመያዝ ያልተዘጋጀ ሰው ለችግር በርን የሚከፍት ሰው ነው፡፡ አንዳንድ ሰዎች ወደ ትዳር ከገቡ በኋላ እንኳ ከቀድሞ ጓደኞቻቸው ጋር፣ አንዳንዴም ከቀድሞ ፍቅረኞቻቸው ጋር የነበራቸውን ግንኙነት እንደነበረ መቀጠል ይፈልጋሉ፡፡ ከጋብቻ በኋላ፣ ቀድሞ የነበሩ ግንኙነቶች (ቤተሰብን ጨምሮ) ትዳርን በማይነካ መልኩና በጋራ ውይይት ሊያዙ ይገባቸዋል፡፡

4. "ለድግግሞሽ" የመጣ

ለመቀየር የምትችላቸው ባህሪያቶችህን የሚሞግትና እንድታስተካክል የሚደግፍህ፣ ሊለወጡ የማይችሉ የማንነትህን ዘርፎች ግን የሚቀበል ሰው ለዘላቂ ግንኙነት መሰረት ነው፡፡ ራሱን ለማየትና መስተካከል ያለበትን ለማስተካከል ዝግጁ ያልሆነ፣ በተቃራኒ ግን ሁል ጊዜ መለወጥ ያለብህ አንተ እንደሆንክ የሚያስብ ሰው በጥንቃቄ ሊታይ ይገባዋል፡፡ ትክክለኛና ዘላቂ ግንኙነት በግል ከመቆም ወይም በአንድ ሰው ላይ ብቻ ተደግፎ ከመቆም ይልቅ በጋራ ተደጋግፎ ወደመቆም ዘልቆ የሄደ ነው፡፡

15

የሕይወት ዘይቤ ምርጫ

የየዕለት የሕይወት ዘይቤ ምርጫ ለቀሩት ዋና ዋና ምርጫዎችህ መጋቢና ገባር ስለሆነ በሚገባ ልታስብበት ይገባል፡፡ የየዕለት ውሳኔዎችህ የሕይወትህን ዋና ዋና ምርጫዎች ወይ ያፈርሳሉ ወይም ደግሞ ይገነባሉ፡፡

"የወደፊት ሕይወትህ ምስጢር በየእለቱ በምትለማመዳቸው ልማዶችህ ውስጥ ተደብቀው ይገኛሉ" – Mike Murdock

አንድ ሰው የትኛውንም አይነት አስገራሚና ብሩህ ዓላማ ቢጨብጥና በዚህ መጽሐፍ ያካተትናቸውን ምርጫዎች መስመር ቢያሲዝ፣ ለየእለት ጥቃቅን መሰል ምርጫዎቹ ካልተጠነቀቀ ዋና ዋናዎቹ ምርጫዎቹን ይነኩበታል፡፡ የእለት ምርጫዎቻችን ጥርቅም ቀደም ሲል የተጠቀሱትን ምርጫዎች የመቅረጽ፣ የመመገብና ተጽእኖ የማምጣት ጉልበት አላቸው፡፡ እነዚህን የየእለት ምርጫዎች ሁኔታ የሚቀጥለው ክፍላችን ትኩረት ነው፡፡ በዚህ ምእራፍ ውስጥ ግን ለመንደርደሪያ የሚሆኑ ሃሳቦችን እንመለከታለን፡፡

ቀደም ሲል እንደጠቆምነው፣ ለየዕለቱ ገጠመኞች የምንሰጣቸው ምላሾችና ከሰዎችና እንዲሁም ከሁኔታዎች ጋር ያሉን አቀራረቦች ለዋና ዓላማዎቻችንና ምርጫዎችን እንደገባር ወንዞች ናቸው፡፡ በየእለቱ ወደ እኛ የመጣውን ነገር መቆጣጠር ባንችልም ወደየት አቅጣጫ እንደምንወስደው ግን መምረጥና መወሰን እንችላለን፡፡

ወስነን ለመከተል ለመረጥነው የሕይወት አቅጣጫ በየእለቱ መዋጮ የሚያደርጉትን ሁኔታዎች በተለያዩ መልኩ ከፋፍለን ማየት እንችላለን:: ከዚህ በታች ያሰፈርኳቸው ሃሳቦች አንዱ የእይታ አቅጣጫ ሊሆን ይችላል::

1. ለሰዎች የምትሰጠው ምላሽ

በየእለቱ ሰዎች በተለያየ መልኩ ወደአንተ ይቀርባሉ:: የተለያዩ አመለካከቶችን ያንጸባርቃሉ:: በየእለቱ ሰዎች የተለያዩ ስሜቶችን የሚያነሳሱ ሁኔታዎችን ይዘውልህ ወይም ይዘውብህ ይመጣሉ:: እነዚህን የሰዎች ሁኔታ በሚገባ የመያዝን ሁኔታ አስበህበት ትክክለኛውን ምርጫ ካልመረጥክ በአጠቃላይ የሕይወት አቅጣጫህ ላይ ተጽእኖ ማስከተሉ አይቀርም::

2. ለአስቸጋሪ ገጠመኞች የምትሰጠው ምላሽ

በየእለቱ የማትጠብቃቸው ገጠመኞች ወደ አንተ ይመጣሉ:: አንዳንዶቹ መልካም ገጠመኞች ሲሆኑ፣ ሌሎቸ ደግሞ ደስ የማያሰኙ ገጠመኞች ናቸው:: ለእነዚህ ገጠመኞች የምትሰጠውን ምላሽ በሚገባ አስበህ ትክክለኛ ውሳኔ በመወሰን ካልተራመድክ በሕይወትህ አቅጣጫ ላይ ጫና ያደርጋል:: “አንድ እድል ወይም ችግር በሰው ውስጥ አዲስ ነገር አይጨምርም፣ ሰው ውስጥ ያለውን ነው የሚያወጣው” ይባላል:: አስታውስ፣ ለየቀን ገጠመኞች የሚኖርህን ምላሽ የመምረጥ መብት አለህ፤ ምርጫህ ደግሞ ወሳኝ ነው::

3. ለስሜቶችህ የምትሰጠው ምላሽ

ከስሜት ውጪ ውለህም ሆነ አድረህ አታውቅም:: አሁን እንኳን ይህንን ጽሑፍ እያነበብክ ባለበት ሰዓት አንድ ስሜት በውስጥህ እንዳለ እሙን ነው:: ይህ ስሜት ጥሩ ወይም መጥፎ “ሙድ” ውስጥ ይከትሃል:: ይህ ስሜት እንዲሁ አልመጣም:: በዚህ

መልኩ በእለቱ የስሜት ውጣ ውረድና ተጋድሎ አለብህ፡፡ ለእነዚህ ስህተቶችህ የምትሰጣቸው ምላሾች የወደፊትህን ይወስናሉ፡፡

4. ለስኬት የምትሰጠው ምላሽ

አንዳንድ ሰዎች ስኬትን እንደ እድል ይቆጥሩታል፡፡ ሌሎች ደግሞ ስኬትን መልካም ባህሪንና ጠንክሮ መስራትን ተከትሎ የሚመጣ ነገር እንደሆነ ያስባሉ፡፡ ይህንንም አመንክ ያንን፣ በሕይወትህ ነገሮች ሲሰምሩና ሲሳኩ የምትሰጠው ምላሽ ለወደፊትህ መዋጮ አለው፡፡ በጦርነቱና በፍልሚያው መካከል እንዳለው ልዩነት እንደማለት ነው፡፡ ጦርነቱ የዋናው ዓላማህ ምሳሌ ነው፤ ፍልሚያው ደግሞ በየእለቱ የምትኖረው ኑሮና ትግል፡፡ አንድ ቀን ስኬት ስላገኘህ (ፍልሚያን ስላሸነፍክ) ዋናው ዓላማህ የደረስክ (ጦርነቱን በድል ያጠናቀክ) መስሎህና ተኩራርተህ ታቆም ይሆን?

ክፍል ሶስት

ምርጫ በየእለቱ

፲፮

የትኩረት ምርጫ

አንዱ ምርጫህ በየጊዜው የምታያቸውን ብልጭልጭና ቀልብ-ሳቢ ሰዎችና ሁኔታዎች ሲከተሉ መኖር ነው:: ሌላኛው ምርጫህ ግን "ዓላማዬ ይህ ነው" ብለህ በያዝከው ጉዞ ላይ ማተኮር ነው::

በፈረንጆቹ አቆጣጠር በኤፕሪል 2015 ቢ. ቢ. ሲ (BBC) ባሰራጨው ዜና እንደገለጸው፣ የኒው ዮርክ ከተማ አስተዳደር ለተወሰኑ ቀናት ቢጠፉ ችግር ሊያስከትሉ የማይችሉ መብራቶችን ለጊዜው በምሽት ለማጥፋት ወሰኑ:: ይህ የሆነበት ምክንያት የተሻለ የአየር ጸባይና ሁኔታ በመከተል ከአንዱ አካባቢ ወደሌላኛው የሚፈልሱ ወፎችን ለማገዝ ነው:: በፀደይና በመከር ወቅቶች ወፎቹ የሚቀጥለውን ወቅት የሚያሳልፉበትን አካባቢ ፍለጋ ስለሚበሩ ትኩረታቸውን የሚስበውን የከተማ መብራት በተቻለ መጠን ይቀንሱላቸዋል::

ከአንዱ አካባቢ ወደሌላኛው ለመፍለስ የሚጓጓዙ ወፎች የከዋክብትን ብርሃን የመከተል ባህሪይ እንዳላቸው ይታመናል:: እነዚህ ወፎች በወቅቱ ሊከተሉ ከሚገባቸው የከዋክብት ብርሃን ላይ ትኩረታቸውን የሚስብ በከተማ ውስጥ ያለ ብርሃን ስለሚያጋጥማቸው ግራ በመጋባት በከተማው ሕንጻዎች ላይ ይከሰከሳሉ:: ይህንን እስከሞት ድረስ በብርሃኑ የመማረክ ክስተት በእንግሊዝኛው Fatal Light Attraction ይሉታል:: በከተማው ውስጥ ያለው ብርሃን ማራኪነት እስከመከስከስና እስከመሞት

ድረስ ስለሚያደርሳቸው ማለት ነው (ምንጭ፡- http://www.bbc.com/news/world-us-canada-32491715)፡፡

ከዚህ ክስተት የተነሳ በሚልየን የሚቆጠሩ ወፎች በኒው ዮርክ ከተማ አቋርጠው ያልፋሉ፡፡ የከተማው አስተዳደሮች ከምሽቱ አምስት ሰዓት ጀምሮ መብራቶቹ እንዲጠፉ በማድረጋቸው በምሽት የሚያልፉትን ወፎች ግራ ከመጋባትና በህንጻዎቹ ላይ ተጋጭተው ከመሞት ያድኗቸዋል፡፡

የከተማው ብልጭልጭና ቀልብ ሳቢ ብርሃን ወፎቹን ከዋና ዓላማቸው በመውጣት እንደሚያጠፋቸው አንዳንድ ጊዜ በህይወታችንም ይህ አይነቱ ሁኔታ ይከሰታል፡፡ በየጊዜው የምታያቸው ደማቅና ቀልብ-ሳቢ ሁኔታዎች "ዓላማዬ ይሄ ነው" ብለህ ከተያያዝከው ጉዞ የሚያስወጡህ ከሆነ የትክክለኛ ምርጫ ሰው አይደለመህም፡፡ እንደወፎቹ ለአንተ ሲባል የሚጠፋልህ መብራት የለም፤ እንዲያውም አድምቀው በማብራት ከመስመር የምትወጣበትን መንገድ የሚያመቻቹልህ ሁኔታዎች ብዙ መሆናቸውን ላስታውስህ፡፡

በዚህ መጽሐፍ ውስጥ በተጠቀሱት ዋና ዋና የሕይወት ምርጫዎች ዙሪያ ትክክለኛውን ብትመርጥም እንኳን፣ በየእለት በሚያጋጥሙህ ቀልብ-ሳቢ ሁኔታዎች አንጻር ምርጫዎችህ ከተዛቡ ዋናውን እቅጣጫህን መንካቱ አይቀርም፡፡ ሁኔታውም ሁል ጊዜ ሞቅና ደመቅ ያለውን ሁሉ በመከተል ጊዜህን እንድታባክን ተጽእኖ ያሳድርብሃል፡፡ ይህ እንዳይሆን ልትወስዳቸው የምትችላቸው በርካታ የመፍትሄ እርምጃዎች ሊኖሩህ ይችላሉ፡፡ ከእነዚያ መካከል የሚከተሉትን መጨመር ትችላለህ፡፡

ከጣፊነትና ከለጣፊነት ውጣ

አንዳንድ ቤቶችን ከተመለከትክ ከየት ተጀምረው የቱ ጋር እንደሚያልቁ በቅጡ አይታወቁም፡፡ በትንሽ ግንባታ ይጀመሩና እንደወቅቱ ሁኔታና እንደተለወጠው አዲስ

ሃሳብ እየተቀጠለባቸው ይሄዳሉ፡፡ እንደዚህ አይነት "የጨረቃ አመለካከት" የጨረቃ ቤት ብቻ ሳይሆን "የጨረቃ ሕይወትም" የማምጣት ተጽእኖ አለው፡፡ በድንገት በተፈጠረ ችግር ወይም እድል ምክንያት የሚጀመሩ የብዙ ገጠመኞች ጥርቅም ግን ሕይወትን አይሰራትም፡፡

ሕይወትህን የተገኘውን መልካም ገጠመኝና ደስ የሚል ነገር እያገጣጠምክ ለመፍጠር አትሞክር፡፡ በየጊዜው የሚገጥሙህ "እድሎችም" ሆኑ "እንቅፋቶች" ከዋናው ዓላማህ አንጻር ታይተው፣ በአንድ ጎኑ የሚያደርጉት መዋጮ ካለ ማስተናገድ፣ በተቃራኒው ደግሞ የማይጣጣሙበት ሁኔታ ካለ ማስወገድ ነው የሚገባህ፡፡ ይህንን አመለካከት ስታዳብር፣ ከዋና ዓላማህ ሳትወጣ በየጊዜው የሚገጥሙህን ሁኔታዎችም ለጥቅምህ ታውላቸዋለህ፡፡

ከስጋት ህይወት ተላቀቅ

ስጋትና መጨናነቅ የተሞላ ሰው መቼ ምን አይነት ውሳኔ እንደሚወስን አይታወቅም፡፡ በወቅቱ ስጋት ያሳደረበትና ያደናገጠው ነገር ሲኖር ከዚያ ሁኔታ መውጫ ቀዳዳ የሚሰጠው የሚመስለውን መንገድ ከመከተል አይመለስም፡፡ ይህንን ዝንባሌ አስቸጋሪ የሚያደርገው ሰው በስጋት ውስጥ ሲሆን ከዚያ ሁኔታው ለመውጣት መንገድን ሲፈላልግ የተገኘው የመጀመሪያው እድል መፍትሄው ስለሚመስለው ነው፡፡

ሁኔታውን ከሰዎች ጋር ካገናኘነው፣ ግራ የተጋባህበት ሁኔታ ውስጥ ስትሆን ወደ ራሱ ሊስብህ የሚፈልግም ሰው በዚያው መጠን ይበራከታል፡፡ አንዳንዶች ግራ የገባውን ሰው ለራሳቸው ጥቅም ከማዋል አንጻር አንዳንድ ጊዜያዊ ነገሮችን ያሳዩሃል፡፡ ሌሎች ደግሞ በዚህ አይነት ሁኔታ ውስጥ ላሉ ሰዎች ሃሳብን የመስንዘር "ሱስ" ስላለባቸው አዳዲስና የሚያጓጉ ነገሮችን ይጠቁሙሃል፡፡ ከእነዚህ ሁኔታዎች ራስን መጠበቅ የራስህ ሃላፊነት ነው፡፡

መንታ ሃሳብን አስወግድ

አንድን ዓላማ ከመያዝ ይልቅ፣ "ለማንኛውም" በማለት ብዙ አማራጮችን በሃሳባቸው ይዘው የሚጓዙ ሰዎች አሉ፡፡ ይህ አይነቱ በዓላማ እርግጠኛ ያለመሆን ዝንባሌ ካለህ፣ እዚህና እዚያ ለሚነሱ አዳዲስና ብልጭልጭ ነገሮች ምላሽ እየሰጠህ ትኖራለህ፡፡ የዚህን ዝንባሌህንና የሕይወት ዘይቤህን አጉል ውጤት የምታውቀው ግን የወሰደብህን ያህል ጊዜ ወስዶብህ በመጨረሻ ስትባንን ነው፡፡

እንደ ማንኛውም ጉዞ ሕይወትም መጀመር ያለበት የሚሄዱበትንና የሚደርሱበትን በማወቅ እንደሆነ እንደምታውቅ እገምታለሁ፡፡ በዚህ መልኩ ሕይወትህ አቅጣጫን ከያዘ የችግርህን ግሚሱን እንደፈታኸው ላስታውስህ እወዳለሁ፡፡ ከዚያም የሚቀርህ የሚመጡልህን አዳዲስ ሁኔታዎች፣ "ይህ መንገድ ወደምሄድበት ቦታ ያደርሰኛል?" የሚለውን ይሆናል፡፡

የብዙሃን ተከታይ አትሁን

አብዛኛው ሰው የሚያስበውን ማሰብ፣ የሚያደርገውን ማድረግ፣ የሚሄድበትን መንገድ መሄድ በራሱ ችግር ያለበት ተግባር አይደለም፡፡ የብዙሃኑን ሃሳብ ማወቅ፣ ለምን እንደዚያ እንዳሰቡ ማጥናትና የነገሮችን ግራና ቀኝ መገንዘብ እጅግ የተመሰገነ አመለካከት ነው፡፡ ሕብረተሰብም አውደ-ጥናት በማድረግም ሆነ የሌሎችን አመለካከትና ልምምድ እየቃኘ ነው ወደ እድገት የሚሄደው፡፡ ሁኔታው መስመር የሚስተው የምናደርገውን ሳናውቅ በብዙሃኑ አመለካከት ስንነዳ ነው፡፡

የሌሎችን ሃሳብ፣ ልምምድና ፍላጎት ከራስህ ጋር የማስታረቅ ሂደት ጊዜ ሳትወስድ ልታዳብር የሚገባህ ጥበብ ነው፡፡ አንድን ተግባር የምታስተናግደው ብዙሃኑ ስላደረገው ብቻ ሳይሆን ይህ ብዙዎች የሚቀበሉትና የሚከተሉት መንገድ ከዋና አላማህና ግብህ ጋር ስለተጣጣመ ሊሆን ይገባዋል፡፡ ይህ ሲሆን ታጠናለህ፣ ትመረምራለህ፣ ትኩረትህን

ለሚሰበው ሁኔታም ተገቢውን ትኩረት ትሰጣለህ፣ በመጨረሻ ግን አመዛዝነህ ትወስናለህ፡፡

ልምድ ቅሰም

ለምሳሌ፣ ከአንድ የቅርብ ወዳጅህ ጋር አንድን እድል አግኝታችኋል እንበል፡፡ አንተ ለሁኔታው ጓጉተህና ተከትለኸው ከመስመርህ ሲያስወጣህ፣ ጓደኛህ ግን በመረጋጋት ሁኔታውን "ይለፈኝ" ብሎ ሲያሳልፈው አይተህ ይሆናል፡፡ በአንተና በጓደኛህ መካከል ያለው ልዩነት ምን ይመስልሃል? እርግጠኛ ነኝ ወዳጅህ ከእንደዚህ አይነት ሁኔታዎች አንጻር ያዳበረው ልምድ አለ፡፡

ልምድና እውቀት ከብዙ አቅጣጫ ይገኛል፡፡ አንዳንድ ጊዜ ከዚህ በፊት የሰራነውን የራሳችንን ስህተት በማየት ልምድ እናገኛለን፡፡ ይህንን አይነቱን ልምድ ሁሉም አያገውም፡፡ ምክንያቱም ከሰሩት የግል ስህተትም ለመማር ማስተዋልን ስለሚጠይቅ ነው፡፡ ሌላው የልምድ ማግኛ መንገድ ከሌሎች ሰዎች ስህተት ነው፡፡ የሌሎችን ስህተት በመመልከትና እንዲሁም ሰዎቹ ስለሰሩት ስህተትና በሂደቱም ስለተማሩት ትምህርት ሲናገሩ በመስማት ልምድ ይገኛል፡፡ የሰዎች ልምድ መጽሐፍ በማንበብም ሊገኝ ይችላል፡፡

17

እውነታን የመቀበል ምርጫ

አንደኛው ምርጫህ በየጊዜው በመንገድህ ላይ የሚደነቀሩ በፍጹም ልታስወግዳቸው የማትችላቸውን እንቅፋቶች ሲታገሉ መኖር ነው፡፡ ሌላኛው ምርጫህ ግን እውነታን ተቀብለህ፣ ዝንባሌህንና መንገድህን በመቀየር መገስገስ ነው፡፡

ታሪኩ ከተከሰተ ትንሽ ሰንበት ብሏል፡፡ በፈረንጆቹ አቆጣጠር በ1989 ዓ/ም በጸሐፊነቱና በቀስቃሽ ተናጋሪነቱ የታወቀው ዴኒስ (Dennis Waitley) ከሺካጎ ከተማ ወደ ሎስ አንጀለስ የሚሄደውን የበረራ መስመር ቁጥር 191 ለመያዝ በመንገድ ላይ እንዳለ ትንሽ በመዘግየቱ ምክንያት በረራው ለጥቂት ያመልጠዋል፡፡ በአየር ማረፊያው ደርሶ ለመግባት ሲጣደፍ አይኑ እያየ የመቀበያውን ደጆች ሲዘጉት ተመለከተ፡፡ የዘገየው ለጥቂት በመሆኑ ምክንያት ወደ በረራው ለመግባት እንዲፈቀድለት ቢማጸንም እንኳን ስላልተፈቀደለት በጣም ይበሳጫል፡፡ በዚያው ቀን ከምሳ በኋላ ዋና ተናጋሪ ሆኖ ሊቀርብበት የሚገባው ስብሰባ ቀጠሮ በዚህ ምክንያት ተበላሸበት፡፡

ከአካባቢው ዘወር በማለት በመነጫነጭ ላይ እያለ፣ ከሃያ ደቂቃዎች በኋላ አንድ ሰበር ዜና ቀልቡን ይስበዋል፡፡ ለጥቂት ያመለጠው በረራ ገና በመነሳት ላይ እያለ በመከስከሱ በውስጡ ያሉት ሰዎች በሙሉ መሞታቸውን ተመለከተ፡፡ ንዴቱና ቅሬታው ወደ ድንጋጤ፣ ወደ ኃዘንና በኋላም "በረራው እንኳን አመለጠኝ" ወደሚል ሃሳብ ተለወጠ፡፡

ከአየር ማረፊያው ወትቶ ሆቴል በመያዝ ወደ ክፍሉ ገብቶ አረፍ ለማለት ሞከረ፡፡ በእጁ ላይ ያለውን የበረራ ትኬት በመመለስ ገንዘቡን ከመቀበል ይልቅ ትኬቱን ለማስታወሻነት ለማስቀመጥ ወሰነ፡፡ ይህ ትኬት የዘወትር አስታዋሹ ሆነለት፡፡ በአንድ ነገር በሚበሳጭበት ጊዜ ሁሉ ባለቤቱ እጁት ትይዘውና ወደዚያ ለማስታወሻነት ወደተቀመጠ የበረራ መስመር ቁጥት 191 ትኬት በመውሰድ ሁሉም ነገር ለመልካም እንደሆነ ታስታውሰዋለች፡፡

ዴኒስ፣ "እያንዳንዱ ቀን በሙሉ ኃይላችን ልንኖረው የሚገባን ስጦታ ነው" ሲል ይደመጣል፡፡ በዚህም መልእክቱ፣ መለወጥ የማንችለውን እውነታ ከመታገል ይልቅ ለመኖር ስለተፈቀደልን ደስተኞች ልንሆን እንደሚገባን ያስታውሰናል፡፡

ልክ እንደ ዴኒስ ምንም ብታደርግ ልትለውጣቸው የማትችላቸው "አናዳጅ" ገጠመኞች ዘወትር ከመንገድህ ላይ አይጠፉም፡፡ እነዚህ በየጊዜው መንገድህ ላይ የሚደነቀሩና ካሰብከው ሩጫ የሚገቱህ ገጠመኞች የሚሰጡህ ያለመመቸት ስሜት ወደ ስሜታዊነትና በዚያም ስሜታዊነት ተነድቶ ውሳኔን ወደመቀያየር ቀጠና የሚያስገባህ ከሆነ የጥሩ ምርጫ ሰው አይደለህም፡፡ ይህ አይነቱ የየእለት ገጠመኝና "እንቅፋት" በተገቢው ሁኔታ ካልተያዘ ለዋና ዋና የሕይወት አቅጣጫዎችህ እንቅፋት የሚሆንን ምላሽ እንድትሰጥ ሊጋብዝህ ይችላል፡፡

ገጠመኝን ሁሉ እየተከታተሉ ስሜታዊ መሆን ብዙ ጠንቆች አሉት፡፡ ከላይ ጠቆም እንዳደረግነው ለጊዜያዊ ገጠመኝ የሚሰጡ ስሜታዊ ምላሾች ከዋናው ጉዞህ ሊገቱህ ይችላሉ፡፡ በሰዓቱ ተነስቶ ወደ አንድ ቀጠሮ የሚጓዝ ሰው በመንገዱ ላይ ላጋጠመው ሁኔታ ሁሉ እየቆመ ምላሽ የመስጠት ልድ ካለበት ቀጠሮውን ያበላሻል፡፡ እውነታው ያንን ያህል ቀላል ነው፡፡ በዚህ ጉዳይ ላይ በሚገባ ለማሰብ የሚከተሉት ነጥቦች ይጠቅሙሃል ብዬ ተስፋ አደርጋለሁ፡፡

መለወጥ የምትችለውንና የማትችለውን ለይተህ እወቅ

በጉዞህ ላይ የተለያዩ ደስ የማያሰኙ ገጠመኞችና እንቅፋቶች ሲገጥሙህ ሁለት ጥያቄዎችን መጠየቅ ተገቢ ነው፡፡ የመጀመሪያው ጥያቄ፣ “ይህንን ሁኔታ ልለውጠው እችላለሁ?” የሚለው ይሆናል፡፡

ይህ ጥያቄ ወሳኝ ጥያቄ ነው፣ ምክንያቱም መለወጥ በምትችለውና በማትችለው ሁኔታ መካከል በሚገባ ለይተህ ትኩረትህን በዋና ዋና ጉዳዮች ላይ እንድታደርግ ስለሚረዳህ ነው፡፡ አንድ ነገር ቀድሞውኑ እንዳይከሰት ማድረግ ከቻልክ ከሁሉ የሚመረጠው መንገድ ነው፣ ያንን ማድረግ ካልቻልክ ግን የሚቀጥለው ምርጫህ ሁኔታውን መለወጥ የመቻልህንና ያለመቻልህን ሁኔታ መገምገም ነው፡፡

ሁለተኛው ጥያቄ፣ “ይህንን ሁኔታ ሊያስከትልብኝ የሚችለው የመጨረሻ ችግር ምንድን ነው?” የሚለው ነው፡፡ ይህ ጥያቄ የሚያጣራልህ ምንም እንኳን መለወጥ የምትችለው ነገር ቢሆንም ጊዜህንና ጉልበትህን ልታሳልፍበት የሚገባህ አስፈላጊ ጉዳይ የመሆኑንና ያለመሆኑን ነው፡፡ ስለዚህም፣ አንዳንድ ሁኔታዎች ምንም ብታደርግ ልትለውጣቸው እንደማትችል አውቀህ የመተው ጥበብ አስፈላጊ ነው፡፡ ሌሎቹ ደግሞ ምንም እኳን መለወጥ እንደምትችል ቢገባህም የሁኔታዎቹ አናሳነት አልፈሃቸው እንድትሄድ ሊጋብዝህ ይችላል፡፡ እነዚህን የመለየት ልማድ ማዳበር አስፈላጊ ነው፡፡

ከድርብ ኪሳራ ተጠበቅ

ይህ ነጥብ ከላይ ከጠቀስነው ሃሳብ ጋር ተዛማችነትና ቀጣይነት ያለው ነጥብ ነው፡፡ የተበላሹና የተዛቡ ሁኔታዎች ሲገጥሙ አንዱ “ኪሳራ” ከሁኔታዎች መቃወስ የሚመጣው ከመንገድ የመተጓጎል ኪሳራ ነው፡፡ ሁኔታዎች እንደጠበካቸው ቢቀጥሉ ኖሮ ልትደረስበት ከምትችለው ደረጃ፣ ልታገኘው

የምትችለው ትርፍና የመሳሰሉት ነገሮች በመቀልበሳቸው ምክንያት ሁኔታውን እንደ ክስረት ልትቆጥረው ትችላለህ፡፡ ይህ አይነቱ ክስረት የምላሽ ምርጫን በማስተካከል ሊታረም ይችላል፡፡

ሁለተኛው ክስረት ደግሞ መለወጥ በማትችለው ሁኔታ ላይ ስሜታዊ ስትሆንና ጊዜህን ስታባክን የሚፈጠር ክስረት ነው፡፡ ለዚህ ነው ለሁኔታዎች የምትሰጠውን ትክክለኛ ምላሽ ካላወክ ክስረትህ ድርብ የሚሆነው፡፡ በአንድ ጎኑ ሁኔታው የፈጠረብህ ቀውስ ሲሆን፣ በሌላኛው ጎኑ ደግሞ የማይለወጥን ነገር ለመለወጥ ስትታገል የምትከስረው ክስረት ነው፡፡

ሁኔታህን ከሰዎች ጋር አታገናኘው

ከላይ የተጣሰው ርእስ ምናልባት ግር የሚል ሊመስል ይችላል፡፡ መልካምም ሆነ ክፉ ገጠመኞቻችን በአብዛኛው ከሰዎች ጋር የሚገናኙ በመሆናቸው ማለት ነው፡፡ ትኩረታችንን ግን በሰዎች ላይ ካደረግን መቆጣጠር ወደማንችለው ሁኔታ ውስጥ ለመግባት ራሳችንን እንጋብዛለን፡፡ ይህ ማለት ሰዎች ምንም ነገር እንዳላደረጉብን በማሰብ በከህደት አይናችንን እንጨፍን ማለት አይደለም፡፡

ለማለት የተፈለገውን ስናብራራው፣ የሁኔታዎች ምንጭ ያም ሆነ ይህ ትኩረታችንን "ማን ምን አደረገብኝ" በሚለው ላይ ከማድረግ ይልቅ ሁኔታውን በምን መልኩ ልያዘው ወደሚለው ማዞር ጠቃሚ እንደሆነ ነው፡፡ ይህንን ማድረግ ምላሻችንን የመምረጥ መብታችንን በመጠቀም የትኩረት ለውጥ ወደማድረግ መልካም ምላሽ ይጋብዘናል፡፡

የነገሮችን መልካም ጎን አስብ

ሁኔታዎች ተበላሽተውብን ስሜታችን ሲቃወስ የዚያን ሁኔታ መልካም ጎን ማሰብ ቀላል አይደለም፡፡ ጠንካራ የስሜትና የማሕበራዊ ብልህነት ያዳበሩ ሰዎች እንኳን

በሁኔታው ላይ ሲታገሉ ይታያሉ፡፡ ለሁኔታዎቻችን ከአእምሮአችን ይልቅ ስሜታችን እጅግ ቅርብ በመሆኑ ከሁኔታዎች ባሻገር ሊመጡ የሚችሉትን መልካም ጎኖች በአእምሮ ከማሰብ ይልቅ ስሜታችን ሊወተውተን ይችላል፡፡ ምንም እንኳን የስሜታችን ቅርብነት እውን ቢሆንም፣ ሁኔታውን ስንሰበስበው "ምርጫ" ወደተሰኘው እውነታ መምጣታችን አይቀርም፡፡ እውነታው ይሄ ነው በማለት ብቻ ከምርጫችን ሃላፊነት ዘወር ማለት አንችልም፡፡ እኛ ያልተጓዝነውን ጉዞ ተጉዘው የተሻለ ውጤት ያገኙ ሰዎች እንዳሉ ማስታወስ አስፈላጊ ነው፡፡ እነዚህ ሰዎች ከእኛ ለየት የሚሉት ምንም እንኳን ፍላጎታቸው ሌላ ቢሆንም፣ ምርጫቸውን ግን በማስተካከላቸው ነው፡፡

ውድቀትን ለመነሳሳት ተጠቀምበት

አንድ ሕብረተሰብ ውጫዊ ውጥረት ሲበዛበት ኃይሉን እንደሚያሰባስብና በሁኔታው ላይ በንቃት እንደሚነሳ ማሰብ ትችላለህ፡፡ በሰውነት ውስጥ አንዳች የጤንነት እንከን ሲገጥም የመከላከያ አቅምህ ምን ያህል እንደሚነሳ ማስታወስም ትችላለህ፡፡ ከእነዚህ እውነታዎች የምንቀስመው ትምህርት፣ ሁኔታዎች የማይመቹ ሲሆኑ እንዲያውም በበለጠ ደረጃ ልንሳሳ እንደሚገባን ነው፡፡

በሕይወትህ የምታከናውናቸው ነገሮች አናሳ በሆኑ ቁጥር የሚገጥሙህም እንቅፋቶች እንደዚሁ አናሳ ሊሆኑ ይችላሉ፡፡ ጠንከር ያሉ ምርጫዎችን ስታደርግና ብርቱ ጎዳናዎችን ስትመርጥ እንቅፋቱም የዚያኑ ያህል ይበረታል፡፡ የዓላማ ሰው ስትሆንና ለስራ ስትንቀሳቀስ የሚገጥምህ ሁኔታና እንዲሁ ፈዘዝ ያለ ሕይወት ስትኖር የሚገጥምህ ሁኔታ አንድ አይነት ሊሆን አይችልም፡፡

18

የመስማማት ምርጫ

አንደኛው ምርጫህ ከሌሎች ሰዎች ጋር ያለህ ልዩነት ላይ በማተኮር እነሱን ለማጥፋት በመታገል ራስህንም ለጥፋት ማጋለጥ ነው፡፡ ሌላኛው ምርጫህ ግን በሚያስማማችሁና በአንድነታችሁ ላይ በማተኮር አብሮ መኖር ነው፡፡

በጥንት አፈ-ታሪክ እንደሚነገረው አንበሳና ነብር በጣም ተጠምተው በየግላቸው ውኃ ፍለጋ ወዲህና ወዲያ ሲንከራተቱ እኩል አንድ ምንጭ ጋር ይደርሳሉ፡፡ በውኃ ጥም የደከመው ማንነታቸውን ለማርካትና ለመበርታት ሁለቱም በቀጥታ ወደ ውኃው ይገሰግሳሉ፡፡ ብዙም ሳይቆዩ ትኩረታቸው ውኃውን ከመጠጣት ላይ ይነሳና በመጀመሪያ ማን ይጠጣ ወደሚለው ሃሳብ ይዞራል፡፡ በዚህ ምክንያት ጸብ ጀምረው መታገል ጀመሩ፡፡ ብዙ ከታገሉ በኋላ ሁለቱም እጅግ እየደከሙ ሲመጡ ከላይ አንድ ድምጽ ሰሙ፡፡ ሁለቱም በድንገት የሰሙት ድምጽ ምን እንደሆነ ለማየት ከጸባቸው መለስ ብለው ቀና ሲሉ አንድ ጥንብ አንሳ (አሞራ) በቅርብ ርቀት ሆኖ ያንዣብባል፡፡ ጥንብ አንሳው በጸቡ ምክንያት የሚሞተውን ጠብቆ የሚቼን ሬሳ ለመብላት ነው የሚጠብቀው፡፡

ይህንን ሁኔታ የተመለከቱ እነዚህ ጠበኞች ልክ ተነጋግረው እንደተግባቡ ያህል ወዲያው አንድ ነገር ፍንትው ብሎ በራላቸው፡፡ በዚህ ጸብ ከሁለቱ አንደኛቸው፣ ምናልባትም

ደግሞ ሁለቱም እስከሞት በሚያደርስ ጉዳት እንደሚጎዱና መጨረሻ ላይ የሚጠቀመው ይህ ጥንብ አንሳ እንደሆነ ገባቸው። ይህ ሁኔታ ከበራላቸው በኋላ ለመጀመሪ ጊዜ ለመስማማት ወሰኑ። ተለያይተው ሌላ ከሚበላቸው፣ አንድ ሆነው ከምንጩ በጋራ በመጠጣት በሕይወት ለመኖር ወሰኑ። በዚህም ስምምነታቸው መሰረት ሁለቱም የሚበቃቸውን ያህል ጠጥተው ወደየመንገዳቸው ሄዱ።

ከሰዎች ሁሉ ጋር በሁሉም ነገር ተስማምተህ መኖር እንደማትችል እስካሁን ደርስህበታል ብዬ አስባለሁ። አንዳንድ ጊዜ እንዲያውም፣ “በመካከላችን በፍጹም ጸብ ሊፈጠር አይችልም” ብለህ ከምታስባቸው ሰዎች ጋር የከረረ ሁኔታ ውስጥ ራስህን ልታገኘው ትችላለህ። ይህ የሕይወት እውነታ እንደተከተለህ ይኖራል። ስለሆነም፣ ከሰዎች ጋር ሊኖርህ የሚገባው ገገር አመለካከት የመተባበርና አብሮ የመኖር ሊሆን ሲገባው የጠላትነትና የፉክክር ከሆነ የጥሩ ምርጫ ሰው አይደለህም።

ለሰዎች ሁኔታ የምትሰጠውን ምላሽ በጥንቃቄ ማጤንና መምረጥ በሕይወትህ ባደረካቸው ዋና ዋና ምርጫዎች ላይ ታላቅ መዋጮ አለው። ከሰዎች ጋር የሚያገናኙህን ሁኔታዎች በፉክክርና በጥሎ መነሳት አመለካከት ከቃኘሃቸው ብዙም ሳትቆይ ዓላማዎችህን እየሰዋህ ትኩረትህ ሁሉ ሌላው በምን መልኩ እንደምታጠፋ ወደማሰብ ይዞርብሃል። ምናልባት ልታስብባቸው ከሚገቡህ የየእለት ምርጫዎች መካከል ከሰዎች ጋር የሚኖርህ ሁኔታ ቀንደኛው ነው ብንል አንሳሳትም። ከቤት ጀምሮ፣ በመንገድ፣ ከዚያም አልፎ በስራና በሌሎች ማሕበራዊ መስኮች ውስጥ ፈታኝ ሰዎች አሉ፣ ወደፊትም ይኖራሉ። ምርጫህ ወሳኝ ነው።

የአለመግባባት እውነታ ተቀበል

አለመግባባት በራሱ ጤናማ ባይሆንም፣ ሂደቱ ግን የማይቀርና ለጥቅማችን ልናውለው የሚገባ ጉዳይ ነው። በአካባቢህ ያሉ ሰዎች በበዙ ቁጥር የአመለካከትም ልዩነት እንዲሁ ይበራከታል። ከአመለካከት ልዩነት ጋር ደግሞ አለመግባባት ተከትሎ ይገባል። ይህንን ሂደት “ጤናማ” እንደሆነ አምነህ ከመቀበል ውጪ ሌላ ምርጫ የለህም። ይህንን

እውነታ አምኖ መቀበል ማለት አለመግባባትን መጋበዝ ሳይሆን ማድረግ የሚገባህን ካደረግህ በኋላ እንኳን ሂደቱን ልታስቀረው እንደማትችል መቀበል ማለት ነው።

አለመግባባትን እንደ እንግዳ ነገር መቁጠር በሚዛናዊነትህ ላይ ጫና ያስከትላል። የሰዎችን መለዋወጥ፣ ከማትጠብቀው ሰው ጋር የሚፈጠር ግጭትና የመሳሰሉት ሂደቶች በማንኛውም ሰው ላይ የሚከሰቱ ሁኔታዎች እንደሆነ ራስህን አሳምነህ መንገድህን ካልቀጠልክ በዋናው ጎዳናህ ላይ ልታውል የሚገባህን ጊዜና ጉልበት እነዚህን ሁኔታዎች በማሰላሰል እንድታባክን ያደርግሃል።

የአለመግባባትንና የክፋትን ልዩነት እወቅ

ከሰዎች ጋር በሚኖርህ የግንኙነት ውጣ ውረድ በሚገባ ልትለየው ከሚገቡህ ነገሮች መካከል አንዱን በጥያቄ መልክ ብናስቀምጠው፣ "ከሰዎቹ ጋር ያለህ አለመግባባት የትክክለኛ ሂደት ውጤት ነው ወይስ መነሻ ሃሳቡ ክፋት ነው?" ይህንን ጥያቄ መመለስ በጣም ወሳኝና መፍትሄን ፍለጋ ለምትከተለው መንገድ ጠቃሚ ነው። ይህንን ሂደት፣ "መነሻ-ተኮር ምላሽ" ብለን ልንሰይመው እንችላለን። የአንድን ነገር መነሻ ማወቅ የምንሰጠው ምላሽ ለማወቅ መዋጮ ስላለው ማለት ነው።

እግረ-መንገዳችንን አንድን ነገር ጠቆም አድርገን እንለፍ። ከክፋት የሚነሳ አለመግባባት መንስኤው ሌላኛው ወገን ላይሆን ይችላል። ምናልባት የተዛባው አመለካከት ያለው አንተው ጋር እንዳይሆን ማጤኑ አይከፋም። ምናልባትም ከሁለቱም ወገን ያለ እልህ እንዳይኖር መለየቱም አስፈላጊ ነው። ምንጩ ክፋት የሆነን አለመግባባት ያንን ክፋት ከመተው ውጪ ምንም መፍትሄ አይገኝለትም።

ገደብህን አስምር

አንዳንድ ሰዎች አለመግባባት ከተፈጠረባቸው ሰዎች ጋር ያላቸውን ግንኙነት ለማደስ ያላቸው ብቸኛ ምርጫ የሰዎቹን ፍላጎት ማሟላት ብቻ እንደሆነ ያስባሉ። ስለዚህም፣ በተገፉ ቁጥር መንገድን እየለቀቁ፣ በተጎዱ ቁጥር ስሜታቸውን እያመቁ፣ በተወቀሱ

ቁጥር ጥፋት እንደሌለባቸው እያወቁ እንኳን ይቅርታን እየጠየቁ ቀስ በቀስ ከሰውነት በታች ወደመሆን ቀጠና ያዘቅጣሉ፡፡

“ትሁትነት ማለት ደካማነት ማለት አይደለም” ይሉናል ሁኔታው የገባቸው ሰዎች፡፡ ከሰዎች ጋር ያለህን ግንኙነት ሰላም ማድረግ የሚበጀው ለአንተው የመሆኑን ጉዳይ በፍጹም አንክደውም፡፡ ይህንን መርህ ስትከተል ግን ገደብ ሊኖርህ ይገባል፡፡ ከምን አይነት ሰው ጋር ነው በዚህ ሁኔታ ራስህን ያገኘኸው? ሁኔታው ምን ያህል ቆይቷል? የሰውየው ባህሪይ እንዴት ነው? ሰውየው የሚታወቀው በምን አይነት ባህሪይ ነው? ከዚህ በፊት ምን አይነት የመፍትሄ ምላሾችን ሞከረህ አልተሳካም? እነዚህንና መሰል ጥያቄዎች በመጠየቅና ትክክለኛውን መልስ በማግኘት ለሰው የምትሰጠውን የገደብ መስመር መወሰን ትችላለህ፡፡

የማሸነፍን ሙሉ ስእል ተመልከት

በሰዎች መካከል በሚፈጠር ልዩነት ውስጥ ከሚታዩ ሁለት ስእሎች የመጀመሪያው “የአንድ ሰው ስእል” የምንለው ነው፡፡ ይህ ስእል ከሁለታችሁ አንዱ አሸንፎ ሌላኛው ሲሸነፍ የሚታይ ነው፡፡ አንተ በማሸነፍህ ውስጥ ያለውን ስእል ስታጤነው፣ አሸንፈህም የምትሸነፍበት ሁኔታ እንዳለ አትዘንጋ፡፡ ካገኘኸው “ድል” ውስጥ ምን ትርፍ አገኘህ? ያንን “ድል” ለማግኘት ምን ዋጋ አስከፈለህ? በተቃራኒው ደግሞ እርሱ እንዲያሸንፍ ብትፈረቅድለት የምትከስረው ነገር ምንድን ነው? የምትፈራው የመሸነፍን ስሜት ነው ወይስ ከዚያ ያለፈ ተጽእኖ አለው? “ሁኔታውን ብተወውና ‘ብሸነፍለት’ ሰዎች ምን ይሉኛል” የሚል ስጋት አለብህ?

“የሁለት ሰዎች ስእል” የምንለው በአንድ ጎኑ ሁለታችሁም የምታሸንፉበትን ሁኔታ ስትፈጥሩ የሚከሰት ሁኔታ ነው፡፡ አንዱ ለሌላኛው አንድን ነገር በመልቀቅና ያኛውም ሰው ለእርሱ የሚለቀቅለትን በመቀበል የሁለት ሰዎች አሸናፊነትን ስትቀዳጁ ማለት ነው፡፡ ይህ መንገድ ተመራጭ እንደሆነ ይታመናል፡፡ “የሁለት ሰዎች ስእል” ሌላኛው ገጽታው ሁለታችሁም ስትሸነፉ ነው፡፡ የፍልሚያው ግለት ሁለታችሁንም የሚጎዳ

ሲሆንና፣ “እርሱ ከሚኖር አብረን እንሞታታለን” የሚል አመለካከት ሲነግስ ሁኔታው እጅግ የወረደ በመሆኑ ተራ አመለካከትና ውጤትን ይፈጥራል፡፡

ከመነሻህ አትውጣ

አንዳንድ ጊዜ ከሰዎች ጋር የሚኖረን አለመግባባት መነሻው ምን እንደሆነ እስኪጠፋብን ድረስ ችግሩ መልኩን እየለወጠ ይሄዳል፡፡ ይህ ከሚሆንበት ምክንያት አንዱ አለመግባባትን ለመልቀቅ ካለመፈለግ የተነሳ ጊዜው ሲከርምና ችግሩም ከጊዜው ጋር ሲበሰብስ ነው፡፡ ሌላኛው ተያያዥ ምክንያት ደግሞ ከአለመግባባቱ በኋላ በመካከል ሌሎች ብዙ አይነት ስሜቶችና ችግሮች ስለሚወለዱ ነው፡፡

ከሰዎች ጋር ያለንን አለመግባባት በጊዜ ገደብ ውስጥ አስቀምጠን መቋጨት አስፈላጊ ነው፡፡ ይህንን አለማድረግ ከላይ የተጠቀሰው ሌላ ችግር እንዲወለድ መንገድን ከመጥረጉ ባሻገር በሁኔታው ውስጥ ሌሎች ሰዎችም የግላቸው አመለካከት ይዘው እንዲገቡበት ይጋብዛል፡፡ መፍትሄው ከችግሩ መንስኤ አለመውጣትና ያንነው ችግር በመፍታት ላይ ማተኮር ነው፡፡

፲፱

የእድገት ምርጫ

አንደኛው ምርጫህ ከዚህ በፊት ያስመዘገብካቸው ስኬቶች ላይ በመቆም እነዚያን ሲቆጥሩና ሲያወሩ መኖር ነው፡፡ ሌላኛው ምርጫህ ግን ካለፈውና ከዛሬው የላቀ ሌላ ደረጃ እንዳለ በማመን ለአዲስ ነገር መነሳት ነው፡፡

ከ2 ሺህ አመታት በፊት አንድ ቲማንቲስ (Timanthes) የተሰኘ ወጣት የግሪክ ሰዓሊ ከታዋቂ አስተማሪ እግር ስር ተምሮ ነበር፡፡ ከብዙ አመት በኋላ አስተማሪው ተሳካለትና ተማሪው አስገራሚ ስእልን በመሳል አበረከተ፡፡ ይህ ጎበዝ ተማሪ ከዚህ በፊት የሚታወቀው በየቀኑ የሚስለው ስእል ላይ ትኩረቱን በመጣል ነበር፡፡ አሁን ግን ራሱ በሳለው ስእል እጅግ በመደነቁ ለብዙ ቀናት በየቀኑ እየመጣ የራሱን ስእል ፍጥጥ ብሎ በማየት ሲያደንቅ ይውል ነበር፡፡ አንድ ቀን ያንኑ በየቀኑ በመገረም ሲመለከተው የሚውለውን የራሱን ስእል እንደገና ለማየት በጠዋት ሲመጣ ግን ስእሉ በቀለም ተበለሻሽቶ አገኘውና በጣም ተበሳጨ፡፡ ወደ አስተማሪው ፈጥኖ በመሄድ ስእሉን አንድ ሰው እንዳበላሸበት ስሜታዊ ሆኖ ነገረው፡፡

አስተማሪውም ተማሪውን በማረጋጋት ያንን ያደረገው አስተማሪው ራሱ እንደሆነ ነገረው፡፡ በመቀጠልም "ይህንን ያደረኩበት ምክንያት ለአንተው ጥቅም ስል ነው፡፡ ይህ የሳልከው አስገራሚ ስእል እድገትህንና ወደፊት ልትፈጥር የምትችለውን አዲስ ስእል እንዳትስል እንቅፋት እየሆነብህ ነው፡፡ ሌላ የፈጠራ ስራ መስራት ስትችል በዚህ ስእል

በመደመም እሱን ስታይ ነው የምትውለው፡፡ በል፣ እንደገና እንደ አዲስ ጀምርና የተሻለ ነገር ታከናውን እንደሆነ እስቲ ተመልከት” አለው፡፡ ተማሪው የአስተማሪውን ምክር ተቀበለና የኢፊጅናያ መሰዋእት (Sacrifice of Iphigenia) የተሰኘውን ከጥንታዊ ታዋቂ ስእሎች መካከል እጅግ የተመሰከረለትን አስገራሚ ስእል አበረከተ (ምንጭ፡- http://www.leadersbeacon.com/its-time-for-a-fresh-start/)፡፡

አንዳንድ ጊዜ ያለፈው ስኬት ለነገው እድገት እንቅፋት የሚሆንበት ጊዜ አለ፡፡ ይህ የሚሆንበት ዋነኛ ምክንያት ሰዎች ባለፈው ካከናወኑት ነገር የተነሳ በዚያ ላይ ሲረጉ ነው፡፡ ስለዚህም አሁን የደረሰበት ደረጃ ወደፊት ሊደረስበት ከሚችለው የላቀ ደረጃ ሲገድባቸው ይታያል፡፡

የትናንት ስኬት ለነገ እድገትህ መንገድ ሊጠርግ ሲገባው ካሰብከውና በውስጠ-ህሊናህ አይተህ ከተነሳኸው ፍጻሜ ካስቆመህ የጥሩ ምርጫ ሰው አይደለህም፡፡ ሁኔታውን በሚገባ አስበህበት የእርማት እርምጃ ካልወሰድክ፣ የኋላ ኋላ ሰበብ ይዞ መምጣቱ አይቀርም፡፡ አንተ ያከናወንከውን ስታይና ስለእሱ ስታወራ ዞሪያህ አልፎህ እንደሚሄድና ወደላቀ ደረጃ ደርሶ እንደሚቆይህ እንዳትረሳው፡፡ ከዚህም በተጨማሪ ሰዎች በኋላ ከአንተ ከንዋኔ የላቀና የሚደነቅ ነገር ይዘው ብቅ ሲሉ የሚኖርብህ የስሜት ቀውስ ቀላል አይሆንም፡፡ ከእነዚህና ከመሰል ጠንቆች ለመዳን አንዳንድ መንገዶችን መከተል ትችላለህ፡፡

“የምግብ” ፍላጎትህን ቀይር

አንዳንድ ሰዎች የሚያረካቸው ነገር አስገራሚ ነው፡፡ ዓላማቸውን አከናውነው ከማለፍና ለሌላ ለላቀ ደረጃ ራሳቸውን ከማዘጋጀት ይልቅ ስለደረሱበት ስኬት ማን ምን እንዳለ ለማወቅ ወዲህና ወዲያ ሲሉ የሚውሉ ሰዎች አሉ፡፡ ስሜታቸው ይህ ነው የማይባል የየዕለት ረሃብ አለበት፡፡ ይህ ሳይመገበው ውሎ ማደር የማይችለው “የምግብ ፍላጎት” የመደነቅና “ጎሽ” የመባል ፍላጎት ነው፡፡ ለዚህም ነው በአንዲቷ በተሳካላቸው ነገር ምክንያት ሲደነቁና መደነቅን እንደ ውኃ ሲጠሙ ራሳቸውን የሚያገኙት፡፡

ካለማቋረጥ የሚያድጉ ሰዎች የደረሱበትንና ያከናወኑበትን ነገር እንደ ምንም የማይቆጥሩ ሰዎች ናቸው፡፡ ቀድሞ ለመድረስ ሲጓጉለትና ሲታገሉለት የነበረው ደረጃ ላይ ሲደርሱ በውስጠ-ሕሊናቸው ሌላ ከዚያ የላቀ ደረጃን መመልከት ስለሚጀምሩ የደረሱበት ያንስባቸዋል፡፡ ለዚህ ነው ከአንዱ እድገት ወደሌላኛው ካለማቋረጥ የሚገሰግሱት፡፡ ይህ እንዲሆን ግን በሌሎች ሰዎች የመደነቅን ፍላጎት በልኩ ማድረግ አስፈላጊ ነው፡፡

ብቃትህ “ገደብ የለሽ” እንደሆነ አትዘንጋ

የማድረግ ፍላጎቱና ብቃቱ ካለህ ትንሽ ወደ ታሪክ መለስ በልና የሰው ዘር የት እንደነበረ፣ ምን እንደነበረው፣ ምን ምን ነገር ወደ መቻል እንደመጣ፣ ያሻሻላቸውን የቴክኖሎጂ ደረጃዎች፣ የለወጠውን የኑሮውን ሁኔታ ለማጥናት ሞክር፡፡ ማመን የሚያስቸግሩህን ለውጦች አስመዝግቦ ታገኘዋለህ፡፡ ትናንት አይቻልም ብሎት የነበረውን ዛሬ ችሎታል፡፡ ትናንት ሩቅ የነበረውን ነገር ዛሬ ደርሶበተል፡፡ በአንተም ሕይወት እንዲሁ ነው፡፡

በፊትህ ካለው መሆን፣ ማከናወንና መድረስ ከምትችል ደረጃ ጋር ሲነጻጸር አሁን ያለህበት ደረጃ እጅግ አናሳ ነው፡፡ ይህንን አባባል ውስጥህን በግለት ለመሙላት ብቻ አትውሰደው፡፡ ለመንቀሳቀስና ለመሻሻል ውሳኔን እንድትወስን እንዲያግዝህ ፍቀድለት፡፡ አሁን ስለደረስክበት ደረጃ ለራስህና ላገዙህ ሰዎች ተገቢውን አድናቆት ከሰጠህ በኋላ የሚቀጥለውን ደረጃ ለማየት ቀና በል፡፡ ሁል ጊዜ በወቅቱ ከደረስክበት ደረጃ የላቀ ሌላ ደረጃ እንዳለ አትዘንጋ፡፡

አትወዳደር

ሕይወት የሩጫ ውድድር ሜዳ አይደለችም፡፡ ሕይወት የትግል መስክ አይደለችም፡፡ ሕይወት የጥሎ ማለፍ ፍልሚያም አይደለችም፡፡ በምትኩ ሕይወት ከራስ ጋር በመወያየት፣ ፍላጎትንና ብቃትን በሚገባ በማጤን እቅድ የሚወጣላትና ወደዚያ ለመድረስ የሚያስፈልገው የግል መስዋእት የሚከፈልላት መስክ ነች፡፡ በዚህ የሕይወት

መስክ ላይ ስትሰማራ ከሌሎች ሰዎች ጋር በምን መልኩ እንደምትገናኝና በምንስ መልኩ ልትገናኝ እንደማይገባህ ጠንቅቀህ ማወቅ ይጠበቅብሃል፡፡

ከሌሎች ሰዎች ጋር የመወዳደር ሁኔታ ካለብህ የመበለጥ ስሜት እንደሚያጠቃህ ጠቋሚ ነው፡፡ ይህ የመበለጥ ስሜት፣ ቅንአትን፣ ምቀኝነትን፣ ትእቢትንና የመሳሰሉትን አሉታዊ ስሜቶችን የማነሳሳትና የመመገብ አቅም አለው፡፡ መጣል ያለብህ እነዚህን ስሜቶች ነው እንጂ ሌላውን ሰው አይደለም፡፡ በቶሎ ካላጠፋኸው እርሱ ያጠፋሃል፡፡ ስለዚህም፣ በዚህ ምድር ላይ ዋነኛ ጠላቶች አለመሻሻል፣ ድህነት (የአመለካከት ድህነትን ጨምሮ) አለማወቅና መሰል ሁኔታዎች ናቸው፡፡ እነዚህን ጠላቶችህን ብለጣቸው፡፡

"የሚወጥርህ" ሰው ይኑርህ

"የሚወጥርህ" ሰው አሁን ካለህበት ደረጃ የሚበልጥ ደረጃ እንዳለ የሚነግርህ ሰው ነው፡፡ እንዲህ አይነቱ ሰው የውሸትና የላይ ላዩን ሙገሳ አይሰጥህም፡፡ እውነቱን እየነገረህና ስህተትህን እያሳየህ ነገር ግን ልትሻልና ልትሻሻል እንደምትችል ይጠቁምሃል፡፡ እንደዚህ አይነት ሰው አንተ በመሻሻልህ የሚደሰትና እድገትህን የሚመኝ ሰው ነው፡፡ "የሚወጥርህ" ሰው ለሚቀጥለው የእድገት ደረጃ የሚያዘጋጅህ ሰው ስለሆነ በማንኛውም ጊዜ ከአጠገብህ ሊጠፋ የማይገባ አይነት ሰው ነው፡፡

ይህ ሃሳብ በቀደመው ክፍል ውስጥ ጓደኛን ስለመምረጥ ከጠቀስነው ሃሳብ ጋር የሚገናኝ ነው፡፡ እንደተመለከትነውም የጓደኛ ምርጫ ስንመርጥ "ወደላይ" መምረጥ እንዳለብን ጠቅሰናል፡፡ ይህም ማለት፣ የምንቀርበው ሰው ከእኛ ሻል ያለ አመለካከት ያለውና የላቀ ደረጃ የደረሰ ሲሆን ወደ እርሱ ደረጃ የሚስበንና እንድንዘረጋ የሚረዳን ሰው ይሆናል፡፡ አሁን ባለህበት የእድገት ውጣ ውረድ ውስጥ አልፎ አሁን ያለበት ደረጃ ስለደረሰ፣ ያለብህን ትግል ይገነዘበዋል፡፡ ተበጨማሪም ካንተ የላቀ አመለካከትና የስኬት ደረጃ ስላለው የሚፈልገው ከአንተ የሚያገኘውን ጥቅም ሳይሆን በጋራ የምታድጉበትን ሁኔታ ነው፡፡

የወቅቱ ስራህ ሌላ እንዲወልድ ፍቀድለት

አንድን ስራ ጀምሮና ጥጉ አድርሶ መጨረስ የተለያዩ ጥቅሞች አሉት:: ባሳየነው ከንዋኔ መርካት፣ ለወደፊቱ እንደምንችል ድፍረት ማግኘት፣ ለሌሎች ምሳሌ መሆንና የመሳሰሉት ይህ ነው የማይባሉ ውጤቶችንና ጥቅሞችን ይሰጠኛል:: ከእነዚህ ሁሉ የላቀው ጥቅም ግን ከጨረስነው ስራና ከደረስንበት ደረጃ ውስጥ የሚወለደው ሌላ የተሻለ ስራና ደረጃ ነው:: በሌላ አገላለጽ አንድን ነገር ጀምሮ የመጨረስ ትልቁ ጥቅም የሌላ እድል መከፈት ነው::

የእድገት ደረጃህ ደረጃ ከመውጣት ጋር አዛምደህ ተመልከተው:: አንድ ረዘም ያለ ደረጃ ስር ቆመህ ወደላይ ስታይ የሚደረስበት አይመስልም:: ሆኖም፣ የመጀመሪያውን ደረጃ ስትወጣ የሚቀጥለው ደረጃ የሚደረስበት እንደሆነ ታስባለህ:: ያንን ቀድሞ ራቅ ብሎ የነበረውን፣ አንድ እርምጃ ስለወሰድክ ግን ቀረብ ያለውን ስትወጣ ደግሞ ሌሎቹ እንዲሁ ቀረብ እያሉ ይመጣሉ:: አየህ፣ አሁን የምትችለውን አንድ ነገር በሚገባ ስታጠናቅቅ ብቻ የምታየው ሌላ አለም አለ:: ስለዚህ፣ መራመድህን፣ ማድረግህን፣ ማደግህን ቀጥል::

20

የደስተኛነት ምርጫ

አንደኛው ምርጫህ በኑሮህ የጎደለውን ነገር እየቆጠርክ ማዘንና መነጫነጭ ነው:: ሌላኛው ምርጫህ ግን ከሌለህና ከጎደለህ ነገር ላይ ትኩረትህን በማንሳት ባለህ ነገር ደስተኛ ሕይወትን ለመምራት መወሰን ነው::

አንድ ሰው እንዲህ ሲል ተናገረ ...

ከ13ኛው ክፍለ-ዘመን በፊት የነበሩ አባቶቻችን ስኳር የሚባል ነገር አያውቁም ነበር - ነገር ግን ደስተኞች ነበሩ ...

የ14ኛው ክፍለ-ዘመን አባቶቻችን የኤሌክትሪክ ምድጃ ቀርቶ ከሰል የሚባል ነገር እንኳን አያውቁም ነበር - ነገር ግን ደስተኞች ነበሩ ...

ከ15ኛው ክፍለ-ዘመን በፊት የነበሩ አባቶቻችን በቅጡ የተጋገረ ዳቦ የሚባል ነገር አያውቁም ነበር - ነገር ግን ደስተኞች ነበሩ ...

ከ16ኛው ክፍለ-ዘመን በፊት የነበሩ አባቶቻችን ድንች የሚባል ነገር ነገር አያውቁም ነበር - ነገር ግን ደስተኞች ነበሩ ...

ከ17ኛው ክፍለ-ዘመን በፊት የነበሩ አባቶቻችን ቡና፣ ሻይና ሾርባ የሚባሉ ትኩስ ነገሮች አያውቁም ነበር - ነገር ግን ደስተኞች ነበሩ ...

ከ18ኛው ክፍለ-ዘመን በፊት የነበሩ አባቶቻችን ኬክና የመሳሰሉት ጣፋጭ ምግቦች የሚባል ነገር አያውቁም ነበር - ነገር ግን ደስተኞች ነበሩ ...

ከ19ኛው ክፍለ-ዘመን በፊት የነበሩ አባቶቻችን እንቁላል፣ ከብሪትና የኤሌክትሪክ ኃይል የሚባል ነገር አያውቁም ነበር - ነገር ግን ደስተኞች ነበሩ ...

ከ20ኛው ክፍለ-ዘመን በፊት የነበሩ አባቶቻችን ተዘጋጅቶ የታሸገ ምግብ የሚባል ነገር አያውቁም ነበር - ነገር ግን ደስተኞች ነበሩ ... (Unknown Source)

ምናልባት ይህንን ጽሑፍ እያነበብክ ያለህበት የዓመቱ ስንተኛው ወር ላይ እንደሆነ ባላውቅም፣ እስቲ ዓመቱ ከገባ ጀምሮ እስከዛሬዋ ቀን ድረስ አለኝ በምትለውና ጎድሎኛል በምትለው ነገር አንጻር የነበረህን ዝንባሌ ለማስታወስ ሞክር:: ምናልባት ስለሌለህ ነገር ስትበሳጭና ስሜትህ ሲቃወስ ራስህን አግኝተኸዋል ብዬ እገምታለሁ:: አሁን በተያያዝከው ሕይወት ውስጥ የምትፈልገውን ነገር ሁሉ ያለማግኘትህ እውነታ ደስተኛነትህን እንድታዘገየው ከተጫነህ የሕይወት ዘይቤ ምርጫህን ማስተካከል እንዳለብህ ጠቋሚ ነው::

የሆነውን ሳይሆን ያልሆነውን ማሰላሰል በርካታ ጠንቆች አሉት:: ከብዙዎቹ ጥቂቶቹን ለመጥቀስ ያህል፣ በሌለንና በጎደለን ነገር ላይ ብቻ ማተኮር ታላቅ የሆነን የስሜት ቀውስ ያስከትላል:: የመነሳሳትና ወደፊት ለመቀጠል የሚኖረንን ግለት ያበርድብናል:: በሁኔታው የሚኖረንን የመነጫነጭ ባህሪ በመመልከት የቅርብ ወዳጆቻችን ቀስ በቀስ እየራቁንና ከእኛ ጋር ለመሆን ያላቸውን ፍላጎት እያጡ ይሄዳሉ:: እንግዲህ ከእነዚህና ከመሰል አጉል ተጽእኖዎች ለመዳን ትክክለኛው ምርጫ መከተል የግድ ነው::

ከውሸት ደስታ ተጠበቅ

በሕይወትህ ሁለት አይነት ደስታዎችን ልትለማመድ ትችላለህ:: በአንድ ጎኑ በእጅህ እንደገባው ቁሳቁስ ሁኔታ የሚወጣና የሚወርድ የደስታ አይነት ነው:: ይህ አይነቱ

ደስታ አንድ ጊዜ ከፍ ሌላ ጊዜ ደግሞ ዝቅ የሚል ደስታ ነው፡፡ ገንዘብና የመሳሰሉትን ቁሳዊ ነገሮች ሲሞሉልህ ይህ አይነቱ ደስታ ከፍ ይላል፡፡ እነዚህ ነገሮች ሲጎድሉ ደግሞ ዝቅ ይላል፡፡ ይህንን አይነቱን ደስታ ነው "የውሸት" ደስታ ብለን የሰየምነው፡፡ ላይ ላዩን ነው! ተለዋዋጭ ነው! ባዶ ነው!

ሌላኛው የደስታ አይነት ከዓላማና ከእሴት ጋር የተያያዘ ደስታ ነው፡፡ ይህ አይነቱ ደስታ "ምን ሞላ፣ ምንስ ጎደለ" ብሎ የሚመጣ አይነት ስሜት አይደለም፡፡ በሕይወትህ ከያዝከው ሕብረተሰቡን የመጥቀም ዓላማ ጋርና ያንን ዓላማ ስታራምድ ከምትከተለው ጨዋ እሴት ጋር የተነካካ ነው፡፡ ስለዚህም ሌላው ሰው ያለው ቁሳዊ ነገር ባይኖርህም ሌላው ሰው የሌለው ራእይና ዓላማ ስላለህ ውስጥህ ደስተኛ ነው፡፡ ምርጫው ግን ያንተው ነው፡፡

አናሳነትን ጣል

ጊዜ ስታገኝ ዙሪያህን በሚገባ ለማጤን ጊዜ ውሰድ፡፡ አብዛኛው የሕብረተሰቡ ክፍል ባለው ነገር ደስተኛ የማይሆንበት ዋነኛ ምክንያት ያለው አንሶት ሳይሆን እርሱ ራሱ ከሌሎች አንሶ የተገኘ ስለሚመስለው ነው፡፡ የማጣት ስሜት ከአቅርቦት ጉድለት ሊመጣ ይችላል፡፡ የአናሳነት ስሜት የሚመጣው ከፉክክር ነው፡፡ ብዙ ባላቸውና ምንም በሌላቸው ሕብረተሰቦች መካከል የሚፎካከሩም ሆነ ከፉክክር የጸዱ ሰዎች የመኖራቸው ምስጢር እዚህ ጋር ነው፡፡

የፉክክር ስሜት ከመስመርህ ያስወጣሃል፣ አልፎም ታላቅ የሆነ የስሜት ቀውስ ውስጥ ይጨምርሃል፡፡ ፉክክር የራስህን ዓላማ ትተህ ለመብለጥ የምትሞክረውን ሰው ዓላማ እንድትከተል ያደርግሃል፡፡ ምክንያቱም አንድ ሰው የራሱን መንገድ እየተጓዘና የራሱን ሩጫ እየሮጠ እያለ አንተ ከእርሱ ጋር ለመወዳደር ስትል ከራስህ መስከ ወጥተህ እርሱ መስከ ውስጥ መግባት አለብህ፡፡ ያንን ለማድረግ ደግሞ የራስህን መስከ ትተህ መሄድን ይጠይቅሃል፡፡

አማራጮችህን ቀንስ

የተለያዩ ሕብረተሰቦችን የደስታ መጠን የሚያጠኑ ሰዎች ድምዳሜ ለማንበብ ሞክር፡፡ ብዙ ምርጫ በበዛ ቁጥር ደስተኛነት እየቀነሰ ይሄዳል፡፡ በተቃራኒው፣ ብዙ ምርጫ የሌላቸው ሕብረተሰቦች መካከል ያለው ደስተኛነት ደግሞ የላቀ ነው፡፡ ይህ የሆነበት ምክንያት የተደበቀ ምስጢር አይደለም፡፡ ቀደም ባሉት ክፍሎቻችን እንደጠቀስነው ብዙ ምርጫ ባለበት አካባቢ የጸጸት፣ የክስረትና የድብርት ስሜቶችም ተያይዘው ይመጣሉ፡፡

ከሁለት በላይ የፍቅረኛ ምርጫ በማስተናገድ ላይ ያለን ሰው የስሜት ሁኔታ አስበው፡፡ በብዙ የትምህርት ዘርፍ ምርጫ መካከል የሚዋልልን ሰው ሁኔታ አጢነው፡፡ በሁለትና በሶስት ሃገሮች የመኖርን ምርጫ በፊቱ አስቀምጦ የሚዋልልን ሰው ሁኔታ ለማሰብ ሞክር፡፡ ያለንን እድል ማወቅና የተሻለውን ለመምረጥ መሞከር ትክክለኛ ሂደት ስለመሆኑ ጥያቄ ባይኖረንም፣ ምርጫን ባበዛን ቁጥር የስሜት ቀውስም እንዲሁ እንደሚበዛ ማሰብ ተገቢ ነው፡፡

በልክህ ኑር

አንድን ነገር አምነህ ተቀበል፣ ያለህ ነገር ያው በእጅህ ያለው ነው፡፡ በእጅህ የሌለው ነገር ደግሞ የአንተ አይደለም፡፡ ይህ ትክክለኛና እውነተኛ የሕይወት ቀጠራ ለማንኛውም ጉዞ የመጀመሪያና ወሳኝ ነው፡፡ ይህንን እውነታ አምነህ ከተቀበልክ በኋላ ወደ የት ደረጃ ለመድረስ እንደምትፈልግ እቅድን ማውጣት ትችላለህ፡፡ አውነታውን አምነህ መቀበልህ በመጀመሪያ እንድትረጋጋና በልክህ መኖር እንድትጀምር ያደርግሃል፡፡ በመቀጠልም ካረፈው ስሜትህ በመነሳት ለወደፊት የእድገትን እቅድ እንድታወጣ ይረዳሃል፡፡

አንድን እውነታ ልጨምርልህ፡፡ አንዳንድ ሁኔታዎች ብዙ ሞክረህ እንኳን የማትደርስባቸው ደረጃዎች እንደሆኑ እየገባህ መሄድህ አይቀርም፡፡ ስለዚህም፣ በልክ የመኖርን አመለካከት በማዳበር ልትደርስባቸውና ልታሻሽላቸው የምትችላቸውን ሁኔታዎች ያንን ለማድረግ ከመሞከር አለማቆም የሚመከር ጉዳይ ነው፡፡ አልሆንና

አልደረስ ባሉህ ሁኔታዎች ላይ ደግሞ አመለካከትህን በመቀየር ጉዞን መቀጠል አስፈላጊ ነው:: በአጭሩ:- ሁኔታህን ለመቀየር ሞክር፣ ሁኔታህ አልቀየር ካለህ ደግሞ በሁኔታው ላይ ያለህን አመለካከት ቀይር::

የመስጠትን ደስታ ጀምር

ሕይወትህን የጀመርከው አንተ ሰጥተህ ሳይሆን ለአንተ ሰጥተውህ ነው:: ፈጣሪ ሕይወትንና የዚህች ዓለም ዜጋ የመሆንን እድል ሰጠህ፤ ቤተሰቦችህ ወይም አሳዳጊዎችህ ደግሞ ከልጅነትህ ጀምሮ ትኩረትን፣ ምግብን፣ ፍቅርን፣ እንክብካቤን ... ሰጡህ:: አስተማሪዎችህ ተቀብለው እውቀትን ሰጡህ:: ስትቀበል ጀምረህ ስትቀበል እየኖርክ እንደተቀበልክ ታልፋለህ::

ምናልባት አሁን ደግሞ አንተ ለሌላው የምትሰጠውን ነገር ማሰብ የምትችልበት ጊዜ ሊሆን ይችላል:: ገንዘብን፣ ጊዜን፣ ጉልበትን፣ ትኩረትን ... ስጥ! መስጠት ደስታን ወደ አንተ ይስብልሃል:: ስትሰጥ መልሶ ውለታ ለሚመልስልህ ሳይሆን ምንም የመመለስ አቅም ለሌለው ሰው ስጥ:: ለመስጠት እስኪኖርህ አትጠብቅ:: ሁል ጊዜ አንተ ያለህ ነገር የሌለው ሰው አለ:: ስጦታ ደግሞ ከገንዘብ ጋር የተያያዘ ብቻ እንዳልሆነ አትዘንጋ::

21

ስህተትን የማመን ምርጫ

አንደኛው ምርጫህ ራስህን ስህተት-የለሽ አስመስሎ በማቅረብ ከስህተት የመማርንና የይቅርታን ጣእም ሳታጣጥም ማለፍ ነው፡፡ ሌላኛው ምርጫህ ግን ስህተትን በማመንና ይቅርታን በመጠየቅ ውስጥ የሚገኘውን ነጻነት መጎናጸፍ ነው፡፡

አምባ-ገነን መሪዎች ከሚታወቁበት ዋነኛ ባህሪያቸው ያው እንደ ስማቸው የፈለጉትን ነገር በፈለጉበት ጊዜ፣ ሁኔታ መጠን የማድረግ መብት እንዳላቸው የሚያምኑና ያንንም ከማድረግ ወደኋላ የማይሉ ሰዎች በመሆናቸው ነው፡፡ ከ1740 እስከ 1786 የፕሩዢያ ገዢ የነበረ ፍሬደሪክ ግን ምንም እንኳን የአምባ-ገነንነት ባህሪይ እንደነበረው ቢታመንና ይህም ስም ቢሰጠው፣ ለየት ያለ ባህሪይ እንደነበረው ይነገራል፡፡ ሆኖም፣ ፍሬደሪክ ከሚታወቅበት ባህሪይ አንዱ አምባ-ገነንነት የአመራር ስልቱን ለሕዝቡ ጥቅም የማዋል ሁኔታ አንዱ ነበር፡፡

አንድ ቀን በአንድ በግዛቱ ውስጥ በሚገኝ ማረሚያ ቤት ከአጃቢዎቹ ጋር ሲዘዋወር ሳለ አንድ አስገራሚ ነገርን ተመለከተ፡፡ ገና ታላቁ ፍሬደሪክ ለጉብኝት ወደማረሚያ ቤቱ ይመጣል ተብሎ እንደተነገረ ታራሚዎች በሙሉ ተዘጋጅተው ይጠብቁ ነበር፡፡ ይህ ሰው ካለው አምባ-ገነንነት ባህሪይ የተነሳ እንዲሆንና እንዲደረግ የፈለገውን ነገር ሊያስደርግ እንደሚችል ታራሚዎቹ በሚገባ ያውቃሉ፡፡ ምናባትም ወደ እነሱ ተመልክቶ ወይም

ጩኸታቸውን ሰምቶ ትንሽ ከራራላቸው፣ ወዲያው እንዲፈቱ የማዘዝ አቅም እንዳለው ያውቃሉ:: ለዚህ ነው በጉጉት የሚጠብቁት::

ፍሬደሪክ ልክ ወደ ማረሚያ ቤቱ ግቢ እንደገባ ታራሚዎች በሙሉ መጮህ ጀምረዋል:: አንዱ በዚህ በኩል፣ "ንጉስ ሆይ፣ እኔ አንድ ነገር ሳልበድል ነው የታሰርኩት፣ እባከህ አስፈታኝ" ይላል:: ሌላኛው በዚያ በኩል፣ "ንጉስ ሆይ፣ እኔ ንጹህ ሰው ነኝ፣ ፍጹም ወንጀል የሌለብኝ ሰው ነኝ" ይላል:: ሌሎችም እንዲሁ በግራና በቀኝ ምን ያህል ስህተት-የለሽ እንደሆኑና ፍትህ በጎደለው መልኩ ማረሚያ ቤት እንደገቡ እንዲሰማላቸው ይጮሃሉ::

ንጉሱም ይህን ያህል ሰው ፍትህ የለሽ በሆነ መልኩ ወደማረሚያ ቤት እንዴት ሊገባ ይችላል በማለት እያሰበ ወደ አንድ አቅጣጫ ዘወር ሲል በአንድ ጥግ ዝም ብሎና አቀርቅሮ የተቀመጠ ታራሚ ተመለከተ:: ይህ ታራሚ እንደሌሎቹ አይጮህም::

ንጉሱ ወደዚህ ታራሚ ቀረብ በማለት፣ "ይህ ሁሉ ታራሚ ንጹህ እንደሆነ ይናገራል፣ አንተ ምነው ዝም አልክ? የአንተስ ሁኔታ ምንድን ነው?" በማለት ጠየቀው:: ታራሚውም ቀና በማለት፣ "እኔ የሰራሁትን አውቃለሁ፣ ጥፋተኛ ነኝ፣ የሚገባኝን ነው ያገኘሁት" ብሎ ከተናገረ በኋላ መልሶ አቀረቀረ:: ታላቁ ፍሬደሪክ ይንን ከሰማ በኋላ፣ ወደ አጃቢዎቹና ወደ ማረሚያ ቤቱ ጠባቂዎቾ ዘወር በማለት አንድ ትእዛዝ አስተላለፈ፣ "እነዚህ ሁሉ ታራሚዎች ንጹህ ነን ብለዋል:: ይህ ሰው ደግሞ ስህተተኛ እንደሆነ አምኗል:: በሉ፣ ይህ ስህተተኛ ሰው በብዙ ንጹሆች መካከል ሆኖ የእነሱን ባህሪ እንዳያበላሽ አሁኑኑ ይፈታ::" ንጉሱ ይህንን በተናገረ በጥቂት ደቂቀዎች ውስጥ ይህ "ስህተተኛ" ታራሚ ነጻ በመውጣት ወደቤቱ እንዲሄድ ተፈቀደለት::

ምንም ስህተት እንደሌለበት የሚያስብ ሰው እንደዚያ በማሰቡ ሌላ ተጨማሪ ስህተት እየሰራ ነው:: ከዚህ የከፋው ደግሞ በስህተቱ መዘዝ ውስጥ ራሱን ሲያገኘው የሰራውን ስህተት ላለማመን የሚታገል ሰው በመሆኑ ነው:: ከዚህኛው ስህተትን ካለማመን

ምርጫ የተሻለው መንገድ ለሰራነው ስህተት ሃላፊነት በመውሰድና ይቅርታን በመጠየቅ ወደፊት መገስገስ ነው፡፡

ሁል ጊዜ ስህተትህን ከማመን ይልቅ የከህደትን ምርጫ የምትከተል ከሆንክ ለብዙ ጠንቆች ራስህን ታጋልጣለህ፡፡ ከላይ እንደተጠቀሰው፣ ሃላፊነት ያለመውሰድ ሌላ ስህተት የመስራትህ ሁኔታ አንዱ ነው፡፡ በተጨማሪም ከስህተት ያለመማርና ስህተትን የመደጋገም እንቅፋት ይገጥምሃል፡፡ ይህ ደግሞ ራሱን የቻለ የስሜት እስረኛ ያደርግሃል፡፡ ከዚህ የሕይወት ዘይቤ ለመላቀቅ ከፈለግህ አንዳንድ እውነታዎች ማስታወስ ትችላለህ፡፡

"አሸናፊ" የሚለውን ቃል እንደገና ተርጉም

ምናልባት ከልጅነትህ ጀምሮ ከተመለከትከውና ከሰማኸው ሁኔታ በመነሳት አሸናፊ ሆኖ የሚታየው ሁል ጊዜ "ትክክል ነኝ" ባይ እንደሆነ ታስብ ይሆናል፡፡ ስለዚህም አንድን ስህተት ሲሰራ በቶሎ ይቅርታን የሚጠይቅ ሰውና "በመሸነፍ" ሁኔታዎችን ለማብረድ ራሱን የሚያቀርብ ሰው እንደተሸናፊ ስለሚቆጠር አንተም ያንን ከማድረግ ትገታ ይሆናል፡፡ ይህ አመለካከት ግን የተዛባ አመለካከት እንደሆነ ከአሁኑ ላስታውስህ፡፡

ሁል ጊዜ አልሸነፍ በማለት ትክክል እንደሆነ ወገቡን ይዞ ከሚከራከር ሰውና ስህተቱን አምኖ ወደፊት ለመሄድ ከቆረጠ ሰው መካከል አሸናፊው ማን ይመስልሃል? ምንም ችግር እንደሌለበት በማስመሰል ከሚኖር ሰውና የቻለውን ያህል ራሱን እያረመ፣ ስህተት ሲሰራ ግን ስህተቱን አምኖ ወደፊት ከሚገሰግስ ሰው መካከል ነጻ ሰው ማን ይመስልሃል? ለእነዚህ ጥያቄዎች መልስን ለመስጠት ሞክርና ምናልባት "አሸናፊ" ለሚለው ቃል የማስተካከያ ትርጉም መስጠት ይኖርብህና አይኖርብህ እንደሆነ ተመልከት፡፡

ስለሰዎች አመለካከት አትጨነቅ

ከላይ ከጠቀስነው ሃሳብ ጋር ትንሽ ተቀራራቢነት ያለው ጉዳይ ስህተቱን የሚያምን ሰው እንደ ደካማ የመቆጠሩ ጉዳይ ነው:: እውነት ነው፣ ስህተትህን የምታምንና ቀለል ያልክ አይነት ሰው ስትሆን ሰዎች እንደደካማና እንደ አቅመ-ቢስ ሊቆጥሩህ ይችላሉ:: ስለዚህ ጉዳይ በሚገባ ካሰብክበት የብርቱነትና የደካማነት ጉዳይ ውስጣዊ እንጂ ውጫዊ እንዳልሆነ ትደርስበታለህ:: ይህ የሆነበት ምክንያት በብዙ የሕይወታችን ዘርፎች ውስጥ ሁለት አይነት "ማንነት" ስላለን ነው:: አንደኛው፣ ሰዎች በውጪ የሚያዩንና "ነው" ብለው የሚገምቱን ሲሆን፣ ሁለተኛው ደግሞ እኛ የምናውቀውና በውስጣችን የሆንነው ትክክለኛ ማንነት ነው::

አንድ ሰው በውጪ ብርቱ መስሎ በውስጡ ግን ታላቅ የሆነ ደካማነት የተጫጫነው ሰው ሊሆን ይችላል:: በተቃራኒው ደግሞ አንዳንድ ሰዎች፣ ካዳበሩት ቀለል ያለ የሕይወት መመሪያ የተነሳ በውጪ ለሰዎች ሲታዩ ምንም አቅም የሌላቸው ቢመስሉም ውስጣቸው ግን ጠንካራ አቋም አላቸው:: ስለሆነም፣ ሰዎች የማይሸነፍ፣ ስህተቱን የማያምንና "ብርቱ" እንደሆንክ እያሰቡህ በውስጥህ ግን ደካማ ከምትሆን፣ በውስጥህ በርትተህና በትክክለኛ መርህ አቋምህን መስርተህ ሰዎች በሌላ መልኩ ቢያስቡህ ይሻላል::

ስህተትህን ለማን እንደምታምን ተጠንቀቅ

በሕይወታችን የምንከተላቸውን መርሆች ትክክለኛነት ካረጋገጥን በኋላ በምን መልኩ ተግባራዊ ልናደርጋቸው እንደሚገባ በጥንቃቄ ማጤን አስፈላጊ ነው:: ስህተት ሁሉ አንድ አይነት አይደለም:: አንዳንዱን ስህተታችንን አስመልክቶ ከማን ጋር በጉዳዩ ላይ መወያየት እንዳለብን በሚገባ ማሰብ ይገባናል:: ምንም እንኳን ሰዎች ስለእኛ ስለሚያስቡት ሃሳብ ብዙም መጨነቅ የለብንም ብለን ብናምንም፣ ላገኘነው ሰው ሁሉ ስህተታችንን መወያየትና መግለጥ ከጥቅሙ ጉዳቱ ሊያመዝን ይችላል::

ስህተትን አምኖ የመቀበል ምርጫ ውጫዊ ከመሆኑ በፊት ውስጣዊ ነው፡፡ ይህም ማለት ስህተትን ስንሰራ ግትር አለመሆን፣ ስህተታችንን በማመንና ይቅርታ በመጠየቅ ውስጥ የሚኖረውን ነጻነት መገንዘብና የመሳሰሉትን እውነታዎች በውስጣችን ከመሰረትን በኋላ ሂደቱን በምን መልክ እንደምናደርገው ማሰብ ተከታዩ ደረጃ ነው፡፡ ስለዚህም፣ ስህተትን ማመን ማለት ለተገቢው ሰው እንጂ በጸጸት በመነዳት ለሰው ሁሉ ስለግል ችግራችን መናገር ማለት እንዳልሆነም ማስታወስ አለብን፡፡

ራስህን አሳድግ

ስህተትን የማመን ምርጫ ከሌላ ወሳኝ ከሆነ ምርጫ ጋር ተያይዞ መሄድ ያስፈልገዋል፡፡ ይህ ምርጫ ራስን የማሳደግ ምርጫ ነው፡፡ ይህ ብዙ ሰዎች ለማዳበር የሚያስቸግራቸው የሕይወት ዘይቤ ነው፡፡ እንዲያውም ስህተቴን አምኜ የመቀበሌ ዋነኛው ዓላማ ስህተቴን የማምን አይነት ሰው መሆኔን የማሳየት ሳይሆን ያንን ካደረኩ በኋላ የሚመጣውን መልካም ውጤት ለማምጣት ነው፡፡

ስህተትን የማመንን ምርጫ መከተል ገጽታው ሁለ-ገብ ነው፡፡ ከዚህ ሁለ-ገብ ገጽታ አንዱ፣ በስህተቴ ምክንያት የተጎዳ ሰው ካለ ያንን ለማስተካከል ነው፡፡ ከዚህም በተጨማሪ ስህተትን አምኖ መቀበል በስህተቱ ምክንያት ከመጣ ጠንቅ ለመላቀቅ ራሴን እንዳዘጋጅ ይጠቅመኛል፡፡ ከዚያም አልፎ፣ ለወደፊቱ ራሴን እንዳሳድግና ከሌላ ስህተት እንድጠበቅ፣ ያንኑ ስህተትም ስደጋግም እንዳልገኝ ይጠቅማል፡፡

ይቅርታን ሙሉ አድርግ

ቀደም ባለው ነጥብ ውስጥ ለመግለጽ እንደተሞከረው፣ "አጥፍቻለሁ" የሚለው ቃል ዘርፈ-ሰፊ ሃሳብ ነው፡፡ አንድን ግለሰብ ወይም ተቋም ስንበድል ሁኔታውን ለማስተካከል አንድን ጥፋታችንን እንዳመንን የሚጠቁም ቃል ጣል አድርገን በማለፍ ችግሩን መፍታት ብንችል እጅግ ደስ የሚያሰኝ ነበር፡፡ ሁኔታው ግን ከዚያ ያለፈ ነው፡፡

የአንዳንድ ስህተቶችን እርማት ሙሉ ለማድረግ ይቅርታን ከጠየቅን በኋላ ተከታይ ተግባሮችን ማድረግ አለብን። ስህተት ባለበት ቦታ የተጎዳ ሰው እንደሚኖር ግልጽ ነው። ስለዚህም፣ በአንተ ጥፋት የተጎዱትን ሰዎች ለጉዳታቸው ምላሽ መስጠት አስፈላጊ ነው። ለምሳሌ፣ በስህተቴ ምክንያት የቆሰለ ሰው ካለ ቁስሉን የማከም ግዴታ እንዳለብኝ ማሰብ እንደማለት ነው።

22

ያለመገኘት ምርጫ

አንደኛው ምርጫህ ሰዎች ለሚያደርጉብህ ተንኮልና አጉል ብልጠት ስሜታዊ ምላሽ በመስጠት እንደነሱ መሆን ነው፡፡ ሌላኛው ምርጫህ ግን የሰዎችን ተንኮልና አጉል ብልጠት አልፎ በመሄድ ከእነርሱ ተሽሎ መገኘት ነው፡፡

ሮበርት (Robert De Vncenzo) የተሰኘው የታወቀ የአርጀንቲና ጎልፍ ተጫዋች ታዋቂነቱ በስፖርት ብቻ እንዳልነበረ ይነገራል፡፡ ይህ ሰው በሕይወት ገጠመኞች ላይ አስገራሚ የሆነ አመለካከት እንደነበረውምና ለምንን አይነት ገጠመኝ ምን አይነት መልስ መስጠት የሚያውቅበት አይነት ሰው እንደነበረ ይነገርለታል፡፡

በአንድ ወቀት አንድን ታላቅ ውድድር ካሸነፈ በኋላ የሚገባውን የገንዘብ ሽልማት በቼክ ይቀበላል፡፡ በዚያን እለት የሽልማት ስርአቱ ከተፈጸመ በኋላ ወደ ልብስ መለወጫው ክፍል ገብቶ ማድረግ ያለበትን አድርጎ ሲወጣ፣ ያንን ያህል የገንዘብ ሽልማት ያገኘ ሰው ሊታይበት የሚችል ቾኮላ አይታይበትም ነበር፡፡

ወደ መኪና ማቆሚያው በመሄድ ላይ እንዳለ፣ እርሱ ቀስ ብሎና ተረጋግቶ በመውጣቱ ምክንያት አብዛናው ሰው በመሄዱ በአካባቢው ብዙም ሰው አይታይም ነበር፡፡ በዚያን ጊዜ አንዲት ወጣት ሴት ወደ እርሱ በመቅረብ ልጇ በጣም ታሞ ለሞት እንደቀረበ፣ ስራ

እንደሌላትና ልጇን ሃኪም ጋር ለመውሰድ ምንም አቅም እንደሌላት ገለጠችለት፡፡ ሮበርት ከወጣቷ የሰማው ሁኔታዋ በጣም ስላሳዘነው የተቀበለውን ቼክ በሙሉ በእሷ ስም ፈርሞላት ሰጣትና፣ "ይህ የሰጠሁሽ ስጦታ የልጅሽን ስቃይ ትንሽ እንደሚቀንስለት ተስፋ አደርጋለሁ" በማለት መንገዱን ቀጠለ፡፡

ይህንን ባደረገ በአንድ ሳምንት ውስጥ በአንድ የመዝናኛ ክበብ ውስጥ እንዳለ ከጎልፍ ስፖርት ማሕበር ሰራተኛ አንዱ ስለዚያች ሴት በመጥቀስ በውሸት ቼኩን እንደወሰደችበትና ወጣቷ ያላገባች እንደሆነች፣ የታመመ ልጅም የሚባል እንደሌላት ነገረው፡፡

ይህን ፈጽሞ ያልጠበቀውን ሁኔታ በሰማ ጊዜ የጎልፍ ተሸላሚው ሮበርት በመመለስ፣ "ለሞት የተቃረበ ልጅ የለም ነው የምትለኝ?" አለው፡፡ ሰውየውም፣ የነገረው ነገር እውነት እንደሆነ በማረጋገጥ መለሰለት፡፡ ሮበርትም፣ "እንኳን የታመመ ልጅ አልኖረ፣ እንኳንም የሚሞት ልጅ አልኖረ፡፡ የታመመና የሚሞት ልጅ ባለመኖሩ ደስ ብሎኛል፡፡ ለረጅም ጊዜ ሰምቼ የማላውቀውን መልካም ዜና ነው አሁን ያበሰርከኝ" ብሎ መለሰለት፡፡ (ምንጭ:- http://rpstaller.blogspot.com/2009/05/best-news-by-zig-ziglar.html

ሰዎች በተለያየ መልኩ እኛን የሚነካንን፣ አንዳንድ ጊዜም በጣም የሚጎዳንን ነገር ያደርጋሉ፡፡ ለምሳሌ፣ ሰርቶ ከማግኘትና ራስን ከማሻሻል ይልቅ ከየትኛው ሰው ምን መውሰድ እችላለሁ በማለት ሲፈልጉ ውለው ሲፈልጉ የሚድሩ ሰዎች ቁጥር ቀላል አይደለም፡፡ እነዚህ ሰዎች እነሱ የሚጠቀሙበት ነገር ያግኙ እንጂ በሁኔታው ሌላው ሰው የሚደረስበት ችግር ግድም አይላቸው፡፡

በገንዘብ ነክም ሆነ በሌሎች የሕይወት አቅጣጫዎች ሰዎች ወደ እኛ ዘልቀው በመግባት ይነካኩናል፡፡ ከእነዚህ ሰዎች መካከል አንዳንዶቹ ከዚህ በፊት አይተናቸው የማናውቃቸው ሰዎች ሲሆኑ፣ ሌሎቹ ደግሞ በቅርብ የምናውቃቸው ሰዎች ሊሆኑ

ይችላሉ፡፡ ሰዎቹ የቅርብም ሆኑ የሩቅ፣ ሰዎች ነክተውናል ብለን ባሰብናቸው ነገሮች ሁሉ መጎዳትና አጸፋ ለመመለስ የሚደረግ ጥረት ብዙ መዘዝ ሊያስከትል ይችላል፡፡ ከሁሉ በፊት፣ ሁሉን ነገር ሲከታተሉ መክረም ዘመናችንን ይበላብናል፡፡ በተጨማሪም፣ የሰረቀህን ሁሉ ስትከታተል፣ የዋሸብህን ሁሉ ስትበቀል ወደ ርካሹና ወደ "መንደሩ" ትወርዳለህ፡፡ ከዚያ ጋር አብሮ የሚመጣውን የስሜት ቀውስም ማሰብ ትችላለህ፡፡ በዚህ አይነቱ ወጥመድ ውስጥ ራስህን እንዳታገኘው አንዳንድ ደጋፊ እውነታዎችን ማሰብ ትችላለህ፡፡

ጥበበኛ ሁን

በሰዎች ተነክተህ ተወልደህ፣ በሰዎች እየተነካህ ትኖራለህ፤ ይህ ፈጽሞ ልትለውጠው የማትችለው የሕይወት ሕግና ሂደት መሆኑን ላስታውስህ፡፡ ሰዎች ካለማቋረጥ ማንነትን፣ ስሜትህን፣ መብትህንና ንብረትህን ይነካሉ፡፡ ይህንን ምንም ብታደርግ ልታስቀረው የማትችለውን የሰዎች ሁኔታ በምን መልኩ ልትይዘው እንደሚገባህ ጥበብን ማዳበር ይኖርብሃል፡፡ አለዚያ ከሚሆኑብህ ሁኔታዎች የተነሳ ባህሪይ ወደ ማትፈልገው ቀጠና እየተለወጠ ሲሄድ ማየትህ አይቀርም፡፡ በመጨረሻም፣ "እኔ እኮ እንደዚህ አይነት ሰው አልነበርኩም" በማለት ራስህን እስከምትታዘበው ድረስ ወደማትፈልገው ሁኔታ ትወርዳለህ፡፡

እንደዚህ አይነቱን ሁኔታ አያያዝ ጥበብ ማዳበር ብዙ ላይከብድ ይችላል፡፡ ማንኛውንም ችግር አስመልክቶ ሁኔታው ከተከሰተ በኋላ ጉዳትን ለመቀነስ ከመሞከር ችግሩ እንዳይከሰት አስቀድሞ መከላከል የተሻለው መንገድ ነው፡፡ ይህ መመሪያ በሽታን ከመከላከል አንጻር ተግባራዊ እንደሆነ ሁላችንም እናውቀዋለን፤ "ታሞ ከመማቀቅ አስቀድሞ መጠንቀቅ" እንደሚለው አባባል ማለት ነው፡፡ ከዚያ ባለፈ ሁኔታ ግን በማሕበራዊ ግንኙነቶች ውስጥም ታላቅ ስፍራ አለው፡፡ ከሰዎች ጋር ያለህን ግንኙነት

ከስሜታዊነት ገታ በማድረግ በጥንቃቄ ስታደርገው፣ ምንም እንኳን ከሁሉም አይነት ጉዳት ባትተርፍም፣ ከብዙ ኪሳራ ራስህን ትጠብቃለህ፡፡

የምትከታተለውንና የምትለቀውን ለይተህ እወቅ

የሰዎች ሁኔታ ሲነካህና ሲጎዳህ ሁሉንም እየተከታተልክ ጊዜህንና ጉልበትህን ማባከን የለብህም የሚለው ሃሳብ በሚዛናዊነት ሊታይ የሚገባው ሃሳብ ነው፡፡ ይህ ማለት ሁሉንም ነገር እርግፍ አድርገህ በመተው ሰዎች እንደፈለጉ እንዲሆኑ ፍቀድላቸው ማለት እንዳልሆነ ማስታወስ አስፈላጊ ነው፡፡ አንዳንዱ ሁኔታ በመጠኑ ተከታትለኸውና ጉዳዩ በደንብ እንደገባህ ሰዎቹ እንዲያውቁት አድርገህ የምትለቀው ሁኔታ ሊሆን ይችላል፡፡ ሌላው ደግሞ እስከ ጥጉ የምትከታተለው ጉዳይ ሊሆን ይችላል፡፡ ምናልባት ደግሞ ከታሪኩ እንደተመለከትነው ፈጽሞ ትኩረትን ልትሰጠው የማይገባህም ሁኔታ ሊኖር ይችላል፡፡

"አቀራረቤን የሚወስነው ምንድን ነው?" የሚለውን ጥያቄ ለመመለስ ሁኔታውን በሚገባ ማጤን አስፈላጊ ነው፡፡ ይህኛውን ሁኔታ በዚህ መልኩ ቅረበው የሚልን ስሌት እዚህ ላይ ማስፈር ፈጽሞ የማይቻል ነው፡፡ ምክንያቱም እያንዳንዱ ሁኔታ የራሱ የሆነ ገጽታና ባህሪይ ስላለው ማለት ነው፡፡ ያም ሆነ ይህ የምላሽህን ገደብ ማስመርና ገደብህን ማወቅ እጅግ ጠቃ ነው፡፡

ትርፍና ኪሳራህን እወቅ

ሁሉም ነገር ትርፍና ኪሳራ አለው፡፡ የምንመርጣቸው ምርጫዎች በሙሉ በአንድ ጎኑ ትርፍ ሲኖራቸው በሌላ ጎኑ ደግሞ ኪሳራ አላቸው፡፡ ምስጢሩ ያለው ሁለቱን በማመዛዘን ላይ ነው፡፡ ቀደም ብለን እንደጠቀስነው ሰዎች ካለማቋረጥ እኛንና የእኛ የሆነውን ነገር ይነካሉ፡፡ ስለዚህም፣ አንድን ነገር ሰዎች ሲነኩብህ በአንድ ጎኑ ሁኔታውን ለመተው በመምረጠህ የምትጠቀመው ጥቅምና የምትጎው ጉዳት አለ፡፡ በሌላ ጎኑ ደግሞ ምርጫህ ሁኔታውን መከታተል ከሆነም የራሱ የሆነ ትርፍና ኪሳራ አለው፡፡

ምርጫና ውሳኔ / Choices and Decisions

ለምርጫ የቀረበልህ ጉዳይ በሚጎዳህና ፈጽሞ በማይጎዳህ መካከል አይደለም። ለምርጫ የቀረበልህ፣ ጉዳቱ በሚያመዝነውና ጥቅሙ በሚያመዝነው መካከል ነው። አናሳ ጉዳት የሚያስከትለውና የላቀ ጥቅም ያለው የትኛ ነው? በማለት ነው የሚመረጠው። ስለዚህ፣ መመለስ ያለበት ጥያቄ፣ "የትኛውን ከስሬ የትኛውን ላትርፍ?" ነው እንጂ፣ "ምንም እንዳልከስር ምን ላድርግ?" አይደለም። አንዳንድ ጊዜ ገንዘብ ተወስዶብህ ስትካሰስ ሌላ ተጨማሪ ገንዘብን የመክሰር፣ ጊዜህን የመበላትና የስሜትን ቀውስ የማትረፍ መዘዝ ውስጥ ልትገባ ትችላለህ።

ስሜትህን ጠብቅ

ቀደም ብለን እንደተመለከትነው በየጊዜው ሰዎች የአንተን ነገር ይወስዳሉ፣ ይዋሹሃል፣ ይጎዱሃል። ስለሆነም፣ ለሁሉም ነገር ምላሽ የመስጠትን ምርጫ ከመረጥክ ከዚያው ጋር አስፈላጊውን ዋጋ ለመክፈል መዘጋጀት አለብህ። ምላሽህ ምንም ሆነ ምንም፣ ሰዎች አንድ ነገር ሲያደርጉብህ ከጅማሬው አስከፍሎ ነው የሚያስጀምርህ። ሰዎች ያደረጉብህን ከመስማትሃ ወደማወቅ ከመምጣተህ ጀምሮ ቢያንስ ስለሁኔታው በማሰብ ያሳለፍከው ጊዜ ዋጋ አለው። ይህ ካለምርጫህ የመጣ ዋጋ ነው። ከዚያ በኋላ ግን የምትከፍለው ዋጋ የምርጫ ጉዳይ ነው።

የዋጋዎች ሁሉ ዋጋ በስሜትህ የምትከፍለው ዋጋ እንደሆነ አትዘንጋ። የጸጸት፣ የበቀል፣ የብስጭት፣ ራስን የመኮነን፣ የመታለልና ሌሎች መሰል ስሜት ሁኔታውን በሚገባ ካለመያዝ የሚመጡ ስሜቶች ናቸው። ስሜትህን ጠብቅ።

ልምድድህን ለሰዎች የማካፈል እቅድ አውጣ

መተንፈሻ የሌለው ኃይል መወጠሩና መፈንዳቱ አይቀርም። የተጠራቀመም ነገር መውጫ ቀዳዳ ካልተሰጠው የጊዜ ጉዳይ ነው እንጂ ውጥረት መፍጠሩ አይቀርም። ስሜት ኃይል ነው። ስሜትም እንደማንኛውም ኃይል ከተጠራቀመና የመተንፈሻ ዘዴ ካልተፈጠረለት መወጠሩና በመጨረሻም መፈንዳቱ አይቀርም። ስለዚህ ሰዎች

ከሚያደርጉብህ ሁኔታ የተነሳ ስሜትህ ሲነካ በምን መልኩ እንደምታስተነፍሰው ማወቅ ይጠበቅብሃል።

ጤና-ቢስ የስሜት ማስተነፈሻዎች እንዳሉ እሙን ነው። በቀል፣ ንዴት፣ ራስን መጉዳትና የመሳሰሉት መንገዶች ስሜትን ያስተነፍሳሉ። ውጤታቸው ግን አደገኛ ነው። ምናልባት ጤናማ ከሚባሉት ማስተንፈሻዎች ዋናውና ተመራጩ፣ ሁኔታህን ለሌሎች የማካፈል ልምምድ ነው። ይህንን ስታደርግ ምንም ለጥቅምህ የማይውልና የሚወድቅ ልምምድ እንዳይኖርህ ይረዳሃል። በሰዎች ምክንያት ለሚመጡብህ ውጣ ውረዶችህም ትርጉም ትሰጣቸዋለህ።

23

ተጽእና የማድረግ ምርጫ

አንደኛው ምርጫህ በምታልፍበት ሁኔታ እና በሕይወትህ በሚያልፈው ሁኔታ ከፉ ተጽእና ስር መውደቅ ነው፡፡ ሌላኛው ምርጫህ ግን በተገኘህባቸው ሁኔታዎች ሁሉ ላይ ተጽእና አምጪ መሆን ነው፡፡

በአንድ ወቅት አንዲት ወጣት ወደ እናቷ በመሄድ ኑሮ እንደከበዳትና ተስፋ የመቁረጥ ደረጃ ላይ እንዳለች ነገረቻት፡፡ "አንዱ ችግሬ አበሳጭቶኝ ሳልጨርስ ሌላ ይተካል፣ በእርሱኛው ደግሞ ውስጤ ተጎድቶ ገና ሳላገግም ሌላ ይጨመርብኛል" በማለት ከፍቅር ሕይወቷ ጀምሮ እስከ ሌሎች አስቸጋሪ ገጠመኞቿ ስሜታዊ በሆነ መልኩ አንድ በአንድ ገለጠችላት፡፡

በጥበቧ የምትታወቀው እናት፣ ወደ ልጇ ጠጋ በማለት ዳበስ አድርጋት ፍቅሯን ከገለጠችላት በኋላ አሁን ለጊዜው ተረጋግታ ስራ እንድታግዛት ጠየቀቻት፡፡ ልጅ ፈቃደኝነቷን ከገለጸች በኋላ እናት ምንም ጊዜ ሳታባክን አንድን ነገር እነድታደርግ ለልጇ አዘዘቻት፡፡

"ሶስት ድስቶችን ውኃ በመሙላት በምድጃው ላይ ጣጂ" አለቻት፣ እናት፡፡ ልጅ የተባለችውን ለመፈጸም ወዲህ ወዲያ ማለት ጀመረች፡፡ ያንን ካደረገች በኋላ በመቀጠልም በእያንዳንዳቸው ውስጥ የተለያዩ ነገሮችን እንድትጨምርባቸው ነገረቻት፡፡

"በአንዱ ድስት ውስጥ አንድ ካሮት ጨምሪበት፡፡ በሚቀጥለው ድስት ውስጥም እንደዚሁ አንድ እንቁላል ጨምሪበት፡፡ በሶስተኛው ውስጥ ደግሞ የቡና ዱቄት ጨምረሽ ነይና ንግግራችንን እንቀጥል"፡፡

ልጅ የተነገራትን ካደረገች በኋላ ወደ እናቷ መጥታ ንግግራቸውን ቀጠሉ፡፡ ከተገናኙ ሰንበት ስላሉ ብዙ የሚነጋገሯቸው ነገሮች ነበሩና ሳያስቡት ቆየት አሉ፡፡ ይህንን ሁሉ ስታደርግ እናት ምን ለማድረግ እንደፈለገች በሚገባ ታውቅ ነበር፡፡ ከዚያም እናት በድንገት ከእንቅልፉ እንደባነነ ሰው፣ "የጣድሻቸውን ድስቶች ረሳሻቸው እኮ!" በማለት ልጇን አስታወሰቻት፡፡ ልጅ በፍጥነት ወደድስቶቹ በመሄድ ምድጃውን አጠፋችና ወደ እናቷ ተመለሰች፡፡ እናትም፣ በይ ተመለሺና ያበሰልሻቸውን ሶስቱንም ነገሮች አንድ በአንድ ይዘሽ ነይ አለቻት፡፡ ልጅም ሳህን ካመጣች በኋላ ካሮቱንና እንቁላሉን በጥንቃቄ ከድስቱ ውስጥ በማውጣት አመጣች፡፡ ተመልሳ ቡናውን ለማምጣት ከመሄዷ በፊት እናት ለልጇ በእንቁላሉ እና በካሮቱ ላይ ያየሽውን ለውጥ ንገሪኝ አለቻት፡፡

ልጇም በመጀመሪያ ካሮቱን ከነካካችና ካጤነች በኋላ፣ "ወደ ውኃ ውስጥ ከመግባቱ በፊት ጠንካራ ነበር አሁን ግን በጣም ለስላሳ ሆኗል" አለቻት፡፡ በመቀጠልም እንቁላሉን ከነካካች በኋላ ቀድሞ እንደነበረ ስላገኘችው፣ "እንቁላሉ ምንም ለውጥ የለውም" አለቻት፡፡ እናት ግን በመመለስ፣ "የእንቁላሉን ላይ ላዩ እንጂ ውስጡን አላየሽውም" አለቻት፡፡ ልጅም እቁላሉን ሰበር ስታደርገው ውስጡ ጠንክሮ አገኘችው፡፡ ስለዚህም፣ "ወደ ውኃ ውስጥ ከመግባቱ በፊት ውስጡ ፈሳሽ እንደነበረ እርግጠኛ ነኝ፣ አሁን ግን ጠንክሯል" አለቻት፡፡

በመጨረሻም ለልጇ፣ "አሁን የቡናውን ዱቄት ከድስት ውስጥ አውጪና አምጪው" አለቻት፡፡ ልጅ ትንሽ ግር አላት፡፡ "ቡናው ከውኃው ጋር ተዋህዷል፣ እንዴት አመጣዋለሁ?" ብላ አሰበች፡፡ በዚህ ሃሳብ ተመስጣ ወደ ቡናው ስትሄድ፣ መዋሃድ ብቻ አይደለም ቡናው የውኃውን መልክ፣ መዓዛና ጣእም ሙሉ ለሙሉ ለውጦታል፡፡

ከዚያም ቡናውን በሁለት ስኒዎች በመቅዳት ወደ እናቷ ወስዳ እያጣጣሙት መነጋገራቸውን ቀጠሉ::

ልጅ እናቷን፣ "ምን አስበሽ ነው ይህንን ሁሉ ያስደረግሽኝ?" አለቻት:: "አየሽ"፣ አለች እናት፤ "እነዚህ ሶስት ነገሮች አንድ አይነት ሁኔታ ውስጥ ነው ያለፉት፣ በፈላ ውኃ ውስጥ:: ካሮቱ ካለፈበት ሁኔታ ምንም ነገር መቋቋም እስከማይችል ድረስ እጅግ ለስላሳ ሆነ:: እንቁላሉ ደግሞ ካለፈበት ሁኔታ የተነሳ ውስጡ ጠነከረ:: እነዚህ ሁለት ነገሮች በገቡበት ሁኔታቸው ተጽእኖ ስር በመሆን ባህሪያቸው ተለወጠ:: ቡናው ግን በገባበት ሁኔታ ላይ ተጽእኖ አመጣ:: የገባበትን ቦታ ጣእም፣ ጠረንና እንዲሁም ቀለም እንደለወጠው ተመልከተሻል::"

እናት በመቀጠል እንዲህ አለቻት፣ "አንቺም በምታልፊበት ሁኔታ ያለሽ ምርጫ ከሶስቱ አንዱ ነው:: ልክ እንደካሮቱ አጉል ልፍስፍስና በሁሉም ነገር የሚጎዳ አይነት ሰው እንዳትሆኚ ልታስቢበት ይገባል:: በተቃራኒው የምታልፊበት ሁኔታ ልክ እንደ እንቁላሉ ውስጥሽን አጉል ጠንካራና ደንዳና እንዳያደርገው ተጠንቀቂ:: ከእነዚህ ሁኔታዎች ይልቅ የተሻለው መንገድ በምታልፊበት ሁኔታ ሁሉ በቀላሉ የሚነካና የሚፈርስ ደካማ ወይም ከጉዳት የተነሳ አጉል "ጠንካራ" እና አትንኩኝ ባይ ሳትሆኚ ሁኔታውን የምትለውጪ የተጽእኖ ሰው ልትሆኚ ይገባል"::

ከላይ ያነበብነው ታሪክ በሁኔታዎች ላይ ተጽእኖ የማምጣትን ሙሉ ገጽታ ባያሳየንም የእውነታውን አስፈላጊነት ግን በሚገባ እንድናስብበት ያስታውሰናል:: ታሪኩ እንድናስታውስ የሚያደርገን እውነታ በሄድንበት ሁሉ በሁኔታዎችና በሰዎች ተጽእኖ ስር የመውደቅ ዝንባሌ ካለን ለብዙ ቀውሶች ራሳችንን ልናጋልጥ እንደምንችል ነው:: ከምናልፍባቸው ሁኔታዎች የተነሳ መራራ መሆን፣ ሰዎች ይህንና ያንን በማድረጋቸው ምክንያት እንደተበደልን መውቀስ፣ ተስፋ መቁረጥና የመሳሰሉት አሉታዊ አመለካከቶች ከብዙዎቹ ጥቂቶቹ ቀውሶች ናቸው::

ምርጫና ውሳኔ / Choices and Decisions

በሰዎችም ሆነ በተለያዩ ገጠመኞች አማካኝነት ወደ አንተ በሚመጡ ሁኔታዎ ላይ ካሉህ ሶስት ምርጫዎች መካከል የተሻለውን ምርጫ፣ ማለትም ተጽእኖ የማምጣት ምርጫ ባለማወቅ ወደ አጉል "ጠንካራነት" ወይም ወደ "ደካማነት" ካዘነበልክ የምርጫህ ልማድህ መስራት እንዳለብህ ጠቋሚ ነው፡፡

ምርጫዎችን ለይተህ እወቅ

በጥቅሉ ስንመለከተው የምታልፍባቸውን ሁኔታዎች አስመልክቶ ሁለት ምርጫ አለህ፡ አንደኛው በስሜታዊነት በመነዳት ምላሽን መስጠት (በስሜት ማሰብ) ሲሆን፣ ሁለተኛው ደግሞ አእምሮህን ተጠቅመህ ትክክለኛውን መንገድ መፈለግ (በአእምሮ ማሰብ) ነው፡፡ እነዚህ ማእከሎችህ ዘወትር በስራ ላይ ናቸው፡፡ ይህም ማለት በአንድ ሁኔታ ውስጥ ስታልፍ አእምሮህም፣ ስሜትህም "ማሰብ" ይጀምራሉ፡፡ አእምሮህ መንገድንና ብልሃትን ፍለጋ፣ ስሜትህ ደግሞ ፈጣን ምላሽን ፍለጋ፡፡ የትኛውን እንደምታስቀድም ምርጫው የአንተ ነው፡፡

"ስሜታዊ" ምላሽ ማለት ለአንድ ገጠመኝ ወይም ክስተት የሚሰጥ ድንገተኛ ምላሽ ነው፡፡ የዚህ አይነቱ ምላሽ ውጤት መነሻው ቢታወቅም መድረሻውና መጨረሻው አይታወቅም፡፡ በተቃራኒ፣ "አእምሮአዊ" ምላሽ ማለት ለአንድ ገጠመኝ ወይም ክስተት በቂ ጊዜ ወስዶ፣ ውጤቱን አውጥቶና አውርዶ ውጤቱን ከጅማሬ አይቶ ምላሽ መስጠት ማለት ነው፡፡ ስለዚህ በአንድ ሁኔታ ውስጥ ራስን ስታገኘው መነሻህ "ስሜታዊነት" ይሁን ወይስ "አእምሮአዊነት" በሚገባ መለየት አስፈላጊ ነው፡፡ ይህንን መለማመድ ዘወትር በስሜት እየተነዳህ ውሳኔና እርምጃ ውስጥ ከመግባትና ከተበላሸ ውጤት ይጠብቅሃል፡፡

"ከተጠቂነት" አመለካከት ውጣ

አንዳንድ ሰዎች በሄዱበት ቦታ ሁሉ ሰዎች እነሱን እንደሚያጠቋቸው ስለሚሰማቸው ንግግራቸው ሁሉ ከዚያ ጋር የተገናኘ ነው፡፡ "በዚህ ቦታ አንድ ሰው እንደዚህ አደረገብኝ

... ጓደኛዬ በዚህ መልኩ ጎዳችኝ ... ሰዎች አገለሉኝ ...” እና የመሳሰሉት ቃላቶች ከእንደዚህ አይነት ሰው አንደበት አይጠፉም፡፡ ይህ አይነቱ ሰው ዘወትር በዚህ አመለካከት ውስጥ ስለሚኖር በሄደበት ሁሉ የመልካም ተጽእኖ ሰው መሆን ሲገባው በሁኔታዎችና በሰዎች አሉታዊ ተጽእኖ ስር ራሱን ያገኘዋል፡፡

ትክክለኛ የተጽእኖ ሰው መሆን የምርጫ ጉዳይ ነው፡፡ ምርጫው የሚጀምረው የትም ሄድን የትም በአመለካከታችን፣ በሁኔታችንና በማንነታችን ላይ አሉታዊ ተጽእኖ ሊያመጡ የሚችሉ ነገሮች እንዳሉ አምኖ ከመቀበል ነው፡፡ ሲቀጥልም፣ በምንም ሁኔታ ውስጥ ብናልፍም ከሆነብን ነገር የተነሳ የተሻልን ሰዎች ወደ መሆን መምጣት እንደምንችል፣ እንዲሁም ለሁኔታዎች በምንሰጠው ምላሽ ልንቆጣጠራቸው እንደምንችል በማመን ነው፡፡

ብቻህን እንዳልሆንክ አስታውስ

አለም በገጠመኞች የተሞላች ነች፡፡ በየእለቱ በሚልየን የሚቆጠሩ ሰዎች አንተ በምታልፍበት አስቸጋሪ ሁኔታ፣ አንዳንዶቹም ከዚያ በከፋ ሁኔታ ውስጥ ያልፋሉ፡፡ ምናልባት በአለም ዙሪያ በሰዎች ሕይወት የሚደርሰውን ሁኔታ የማየቱና የመስማቱ እድል ቢኖርህ አንተ ያለፍክበት ሁኔታ ምንም እንዳልሆነ ማሰብ ትጀምራለህ፡፡ በአጭር አነጋገር፣ በአስቸጋሪ ሁኔታ የምታልፈው አንተ ብቻ እንዳይደለህ ማወቅ ዘወትር ችግርና ጥቃት እንደሚደርስብህ ከማሰብ ያወጣሃል፡፡

የምታልፍባቸውን ሁኔታዎች ሌሎች ሰዎችም እንደሚጋሩት ማወቅ በአመለካከትህ ላይ ይህ ነው የማይባል ድጋፍ ይሰጥሃል፡፡ በአንድ በኩል አንተ ብቻ ያልቻልክበትና አንተ ብቻ ችግር የሚከታተልህ ሆኖ እንዳይሰማህ ይረዳሃል፡፡ በሌላ በኩል ደግሞ በተመሳሳይ፣ እንዲያውም በከፋ ሁኔታ ያለፉ ሰዎች ራሳቸውን አሻሽለውና ቀና ብለው ሲሄዱ ስትመለከት ያንን ማድረግ እንደሚቻል አበርቺ ምሳሌነትን ትቀበላለህ፡፡

አደራረግን ቀይር

በአስቸጋሪ ሁኔታ ውስጥ ያለ ሰው ስሜቱን የሚነኩ ሁኔታዎች ውስጥ የሚያልፍ ሰው አይደለም፡፡ በአስቸጋሪ ሁኔታ ውስጥ ያለ ሰው አሁን ላለበት ሁኔታ ያጋለጠው ምን እንደሆነ መለየት ያስቸገረውና ከለየውም በኋላ ከሁኔታው በእንዴት መልክ መላቀቅ እንደሚችል ግራ የገባው ሰው ነው፡፡ ያንኑ ነገር እያደረገ፣ በዚያው ስፍራ ዘወትር ራሱን እያገኘው፣ ከተመሳሳይ አስቸጋሪ ሰው ጋር ውሎውን እያደረገ፣ አሁንም ለምን እንደዚህ ሆነብኝ እያለ የሚነጫነጭ ሰው ነቃ ማለት አለበት፡፡

አጉል ተጽእኖ ያመጣብህ ውሎህ ከሆነ ውሎህን ቀይር፣ የራስህ ምርጫ ከሆነ ምርጫህን ቀይር፡፡ ዘወትር ለከፋ ነገር አጋልጦ የሚሰጥህ የቅርብ ሰው ካለ ያንን ሰው በምን መልኩ እንደማትይዘው ጥበብን አዳብር፣ ወይም ደግሞ መለየት ካለብህ ሁኔታውን አስብበት፡፡ በዚህ መልኩ በየጊዜው ንቁ የሆነና አደራረግን የሚቀያይር አይነት ሕይወት ካልኖርክ በአንድ ቦታ የቆመ ኢላማ ሆነህ ያነጣጠረ ሁሉ ያገኝሃል፡፡

ወደ ትምህርት ለውጠው

የሚሆንብህን መቆጣጠር ባትችልም ለሚሆንብህ ሁኔታ ያለህን ምላሽ መቆጣጠር የመቻል አቅም አለህ የሚለውን አባባል ደጋግመህ ሰምተህ ወይም አንብበህ ይሆናል ብዬ እጠረጥራለሁ፡፡ ይህ አባባል ካቀፋቸው እውነታዎች አንዱ ማንኛውንም ነገር ወደ ትምህርትህ የመለወጥ ብቃት ነው፡፡ በሕይወትህ እድገት የሚጋብዙ በርካታ ነገሮች አሉ፡፡ ከእነዚህ ነገሮች አንዱ፣ ችግር ነው፡፡ ችግር ትልቅ ትምህርት ቤት ነው፡፡ በሌላ መልኩ በአመታት የማታገኘውን ትምህርት በአንድ ችግር ውስጥ በማለፍ በአጭር ጊዜ ታገኘዋለህ፡፡

ቀደም ብለን እንደጠቃቀስነው ትምህርት የሚገኘው በቀለም ትምህርት ቤት ተመዝግቦ በመማር ብቻ አይደለም፡፡ በተለያዩ መንገዶች፣ በችግር ውስጥ ማለፍን ጨምሮ፣ ትምህርት ይገኛል፡፡ ተምሮ ማስተማር፣ በአንድ ነገር አልፎ ነገ በተመሳሳይ ሁኔታ

የሚያልፉትን ማገዝ፣ ተቸግሮ ከዚያም በችግር ውስጥ የሚያልፉ ሰዎችን መገንዘበ የሰውነትህ ግዴታና ተልእኮ ነው:: ይህ ተልእኮህ ወደ ዚህች አለም ስትወለድ አብሮህ የተወለደ ነው:: ይህንን ተልእኮህን ሳትፈጽም ሙሉ ሰው መሆን አትችልም:: ሌሎች ሰዎችም ይህንኑ ተልእኳቸውን በመፈጸም አንተን አስተምረውህ አልፈዋል:: ይህ እዳህ መከፈል አለበት::

24

የመሆን ምርጫ

አንደኛው ምርጫህ አንተ የማትተገብረውን ነገር ለሌሎች፣ "ይህን አድርጉና አታድርጉ" እያልክ በመናገር መኖር ነው:: ሌላኛው ምርጫህ ግን የምትናገረውንም ሆነ የምታስተምረውን ነገር ሆኖ በመገኘት የተጽእኖ ሰው መሆን ነው::

በፈረንጆቹ በ1930 ዎቹ ውስጥ አንድ ልጅ ካለበት የስኳር ሱስ የተነሳ ብዙ ስላስቸገራት እናቱ ይህንንም ባህሪውን ለማስቆም ብዙ ከሞከረች በኋላ ተስፋ ቆረጠች:: በመጨረሻ ጋንዲ (Mahatma Gandhi) ጋር ብወስደው ካለው ታዋቂነትና ተሰሚነት የተነሳ ይመክረውና ተጽእኖ ያደርግበታል ብላ ስላመነች በጠራራ ጸሐይ ብዙ መንገድ ተጉዛ ወሰደችው:: በብዙ መከራ ጋንዲን ካገኘችው በኋላ ጥያቄዋን አቀረበች:: "ልጄ ብዙ ስኳር ይበላል:: ለጤንነቱ ጥሩ ስላልሆነ እባክህ አስቁመው" አለችው::

ጋንዲም በሚገባ ካደመጣት በኋላ፣ "ከሁለት ሳምንት በኋላ ተመለሱ" በማለት መልሶ አሰናበታት:: ብዙ መንገድ ስለመጣች በጣም አዘነች:: ሆኖም፣ የልጇ መለወጥ ነገር ግድ ስለሚላት ከሁለት ሳምንት በኋላ ተመልሳ ብዙ መንገድ አቋርጣ መጣች:: ልክ ሲያገኙት ጋንዲ ለልጁ እንዲህ አለው፣ "ሁለተኛ ስኳር እንዳትበላ፣ ለጤንነትህ ጥሩ አይደለም":: ልጁም "እሺ" ብሎ በመታዘዝ ደግሞ ስኳር እንደማይበላ ቃል ገባለት:: እናት እጅግ ተበሳጨችና፣ "መጀመሪያ ስንመጣ ይህችን አጭር ምክር ነግረኸው መፍትሄ መስጠት ስትችል ለምን አስለፋኸን" አለችው:: ጋንዲም፣ "ከሁለት ሳምንታት በፊት እኔ

ራሴ ብዙ ስኳር የመብላት ችግር ነበረብኝ። ምክሬ ጉልበት እንዲኖረው ስኳር የመብላት ልማዴን ለመቀነስ ጊዜን ፈልጌ ነው" አላት።

ጋንዲ እውነታው ገብቶታል። ጋንዲ አንድን ነገር በመጀመሪያ ራሱ የሚተገብረው እውነት ካልሆነ ስለተናገረ ብቻ በሌላ ሰው ላይ ተጽእኖ ሊያመጣ እንደማይችል ገብቶታል። ጋንዲ ትክክለኛውን የሕይወት ሂደትና ዘይቤ መርጧል። ይህ ዘይቤ ከመናገር በፊት መተግበር፣ አድርጉ ከማለት በፊት ማድረግ፣ ሂዱ ከማለት በፊት ሄዶ መሞከር የተሰኘው የሕይወት ዘይቤ ነው።

አየህ፣ እኛው ራሳችን ለማድረግ ፈቃደኞች ያልሆንበት ነገር ሌሎች እንዲያደርጉት መንገር ሌላ ስሙን "ግብዝነት" ብለው ይጠሩታል። የዚህ አይነቱ የሕይወት ዘይቤ ጠንቁ ብዙ ነው። ከእነዚህ ጠንቆች አንዱ የቀላልነት ስሜት ነው። የማያደርገውን የሚያወራ ሰው በውስጥ ይህ ነው የማይባል የቀላልነት ስሜት ያጠቃዋል። እየተናገረ ያለውን ነገር "እንዳልሆነ" ስለሚያውቀው ማለት ነው። አልፎም የተጽእኖ መውረድ እንከን ማግኘቱ አይቀርም፣ የጊዜ ጉዳይ ነው እንጂ። የሚኖረውንና የሚናገረውን ያላጣጣመ ሰው ሌላው የሚያጠቃው አስቸጋሪ ነገር የድብቅ ሕይወት ነው። ማድረግ እና መሆን የተሰኙት ሁለቱን ዋና ዋና የሕይወቱን ዘርፎች ስላላጣጣመ ዘወትር ተደብቆ ይኖራል።

ብዙ እያወራ የማይተገብር ሰው ሁኔታው እንዳይታወቅበት ስለሚያስብ እንደተሸማቀቀ ይኖራል። "ማን የቱን ያውቅብኝ ይሆን?" የሚል የስጋት ሕይወት ውስጥም ይገባል። ንግግርንና ተግባርን የማጣጣም ሕግ በማንኛው የሕብረተሰቡ ክፍል ውስጥ ለተሰማራ ሰው የሚሰራ መርህ ነው። ጉዳዩን ስንጨምቀው፣ የሚቆጠረው የምናወራው ሳይሆን የምንኖረው ስለሆነ ያንን የላቀ ሕይወት ለመለማመድ መከተል ያሉብን መንገዶች ይኖራሉ።

ልዩነቱን እወቅ

የሚኖሩትን በማስተማርና የሚያውቁትን ብቻ በመናገር መካከል ብዙ ጉልህ ልዩነቶች አሉ፡፡ በታሪኩ ላይ እንደተመለከትነው በሁለቱ መካከል ያለው ዋና ልዩነት የተጽእኖ ልዩነት ነው፡፡ በማንኛውም መስክ ውስጥ ንግግርህ ትርጉምና ተጽእኖ ያለው የሚሆነው ያንን የምትናገረውን ነገር በቅድሚያ አንተው አምነህበት የምታደርገው ነገር ሲሆን ብቻ ነው፡፡ አለዚያ ሁኔታው እንዲያውም አሉታዊ ተጽእኖ ይኖረዋል፡፡ አንዳንድ ጊዜ ሰዎች አመጸኛ የሚሆኑት የበላዮቻቸው "የምናገረውን እንጂ የማደርገውን አታድርጉ" ስለሚሏቸው እንደሆነ መገመት አያስቸግርም፡፡

በአሁን ሰዓት በሕብረተሰቡ መካከል በአንድ ሃላፊነት ውስጥ የተሰማራን ሰው ማሰብ ትችላለህ፡፡ ይህ ሰው የሚናገረውን ነገር እርሱ በመጀመሪያ የማያደርገው ከሆነ የሚሰማው ሰው እንደሌለ ማየት አያስቸግርህም፡፡ የተለያዩ አጉል ባህሪዎች ያሉበት አባት ልጆቹን እየሰበሰበ ከእንደዚያ አይነት ባህሪይ እንዲቆጠቡ እየዛተ ቢነግራቸው ምላሻቸውን መገመት ቀላል ነው፡፡ ምናልባት ልጆቹ የእርሱ ባህሪይ ያስከተለበትን መዘዝ በማየት ይቆጠቡ ይሆናል እንጂ የጨዋነት ተጽእኖ እንደማያድርባቸው እሙን ነው፡፡

ግልጽ ሁን

ለሌሎች የምታስተላልፈው መልእክት የምታምንበት ሆኖ፣ ነገር ግን አንተንም ሁኔታው የሚያታግልህ መሆኑ በራሱ ችግር የለበትም፡፡ ቀዳሚውና ዋናው ነገር በጉዳዩ የማመንህና ያለማመንህ እንጂ ሙሉ ለሙሉ መተግበርህ አይደለም፡፡ ያንን ሁኔታ ግን በግልጽ ማሳወቁ እውነተኛና ግልጽ ሰው ያደርግሃል፡፡ እንዲያውም አብዛኛው ሰው የበላይ አካል ነው ብሎ የሚያስበው ሰው እንደርሱ አንዳንድ ትግል ያለበት እንደሆነና ሁኔታውን በግልጽ ተናግሮ ለማስተካከል የሚጣጣር እንደሆነ ሲያውቅ ለበለጠ አክብሮት ይጋበዛል፡፡

ምርጫና ውሳኔ / Choices and Decisions

አንዳንድ ሰዎች፣ የማያምኑበትንና እነርሱ ራሳቸው የማይተገብሩትን ነገር ስልጣኑን ስላገኙትና ሕጉን ያወጡት እነርሱ ስለሆኑ ብቻ ሌሎችን ይቆጣጠራሉ። ጸረ-ሙስና ሃላፊ ሆኖ የሙስና ሰዎችን ለማለፍ ራሱ ሙስና ከወሰደ ይህ ምን ተጽእኖ አለው?። ህግ አስከባሪ ሆኖ ሳለ እርሱ ራሱ የተጣሰን ሕግ ለማሳለፍ ሕግን ከጣሰ ምን ማንነት አለው? አንድን ሃገርና ሕብረተሰብ የሚያበሰብሰው ይህ አይነቱ ዜጋ መሆኑን ሁላችንም የምናውቀው እውነታ ነው።

አንድን ነገር ካላመንክበት ከመናገር ቆጠብ በል

ከላይ በርእሱ በግልጽ እንደተገለጠው አንድን ነገር ከልብህ ካላመንክበት ስለዚያ ነገር ከመናገርና ልክ ሕይወትህን እስከመሰዋት የምትደርስለት እውነት እንደሆነ ከማስመሰል መቆጠብ ይበጅሃል። ለአንዳንድ ሰዎች ግን ያንን ማድረግ ከባድ ነው። አየህ፣ ምርጫችን ውስጥ ጣልቃ ከሚገቡ አስቸጋሪ ነገሮች መካከል ጥቅመኛነት አንዱና ቀንደኛው ነው። በአንድ ነገር ውስጥ የምናገኘው ጥቅም ሲያጓጓን የማናምንበትን እስከመናገር፣ አልፎም ሰዎችን እስከመቅጣት እንደርሳለን። ማንነታችን ቢፋቅ ግን ቅጣቱ መጀመር ያለበት ከእኛው ነው።

ይህ ጉዳይ የትኛውን የሕይወት ዘይቤ መኖር እንደምፈልግ የምርጫ ጉይ ነው። ልከተለው የምችለው መስመር ግልጽ ነው። በመጀመሪያ የማምንባቸው መርሆች ምን ምን እንደሆነ በትክክል መቃኘት አስፈላጊ ነው። በመቀጠልም፣ እነዚያን መርሆች የማዳብርበትን ዲሲፕሊን ማዳበር ሊከተል ይገባዋል። ከዚያ በኋላ ነው ለሌሎች ሰዎች ያንን መርህ እንዲከተሉ በድፍረት ማስተላለፍ የምችለው።

አንድን ነገር ካመንክበት ተግብረው

ከላይ ከጠቀስነው ሃሳብ ጋር ተያያዥነት ያለው ነጥብ፣ ያመንንበትን ወደ ተግባር ለመቀየር ጊዜን የመውሰድና የመጣጣር ጉዳይ ነው። እዚህ ጋር በታሪኩ ላይ የተጠቀሰውን የጋንዲን መርህ መጠቀም አስፈላጊ ነው። አንድ ነገር ስላላመንንበት ብቻ

ችላ ብንለው ነገ ተመልሶ ተጠያቂ ከመሆን አናመልጥም፡፡ ስለዚህ ያመንክበትን ነገር ለማዳበር ጊዜ መውሰድ አስፈላጊ ነው፡፡

አንድን ነገር ማድረግ ስላልቻልከው ብቻ ዝም ብሎ መቀበል ወደተበላሸ የሕይወት ደረጃ ያወርድሃል፡፡ አንድን ትክክለኛ የሆነን ነገር ገና ለገና እኔ በሚገባ አልተገበርኩትም በሚል ሰበብ እውነቱን ማፈን ስለማንችል ማለት ነው፡፡ ትክክለኛን መርህ ለመከተል የግልን ባህሪይ ከማረም ሃላፊነት መቸም አንድንም፡፡ በተለይም በሕብረተቡ መካከል ሌሎችን የምንመራ ሰዎች ከሆንን ይህ ጉዳይ በጥብቅ ይመለከተናል፡፡

ለውጥን ከራስህ ጀምር

በአንድ ሕብረተሰብ ውስጥ ትክክለኛ እድገት የሚመጣው ሌላውን በቀዳሚነት የሚመሩ ሰዎች እውነተኛ ሲሆኑ ነው፡፡ ከሃገር አመራር አንስቶ እስከ ሕብረተሰብና ቤተሰብ አመራር ስንወርድ ያመኑበትን የሚኖሩ ሰዎች ብቻ ናቸው እውነተኛ ተጽእኖ የሚያመጡት፡፡ ማንኛውም ተቋም ለእውነትና ለእውነት ብቻ የቆሙ መሪዎች እስኪኖሩት ድረስ ምንም አይነት ለውጥ የሚያመጣ ተቋም ሊሆን አይችልም፡፡

አመለካከቶች ተወራራሽ ናቸው፤ ከትውልድ ወደ ትውልድ የማለፍ ጉልበት አላቸው፡፡ በአንድ ሕብረተሰብ ውስጥ የተንሰራፋን አንድ አመለካከት ወይም የሕይወት ዘይቤ ለመለወጥ ትልቅ ጥረት ይጠይቃል፡፡ በአንድ ስፍራ ለጊዜው የሚገኘውን በልቶ ከማለፍ ውጪ ሌላ የማያውቅ ህብረተሰብ ያለውን አመለካከት ለመለወጥ ለውጥን ከራስ ለመጀመር መቁረጥ የግድ ነው፡፡ ራስን ለውጦ፣ በአካባቢ የሚገኙትን ሰዎች መሞገት ጥሩ ጅማሬ ነው፡፡

25

ልቆ የመገኘት ምርጫ

አንደኛው ምርጫህ ለማድረግ የተጠየከውንና የሚጠበቅብህን ብቻ በማድረግ መወሰን ነው፡፡ ሌላኛው ምርጫህ ግን ከሚጠበቅብህና ከሚገባህ በላይ በማከናወን ልቆ መገኘት ነው፡፡

አንድ ሁለት ልጆች የነበሩት ገበሬ ነበረ፡፡ ሁለቱ ልጆቹ በእርሻ ስራው አይለዩትም ነበር፡፡ አባት ለታናሹ ልጁ የበለጠ ሃላፊነት ስለሚሰጠውና ስለሚያምነው ሁል ጊዜ ታላቅየው ጥያቄ ይፈጥርበት ነበር፡፡ አንድ ቀን አባት አምስት መቶ ብር በእጁ ላይ እንዳለውና፣ አምስት በጎችን እጁ ላይ ባለው የገንዘብ መጠን ቢያገኝ የመግዛት እቅድ እንዳለው ለታላቅ ልጁ እየነገረው ሳለ፣ ታላቅ ልጅ ይንን አጋጣሚ በመጠቀም ለምን ከእርሱ ይልቅ ለታናሹ የበለጠ ሃላፊነትን እንደሚሰጠው ጠየቀው፡፡ ይህንን ሲወያዩ ታናሽ ልጅ በዚያ አልነበረም፡፡ አባትም ቀጥተኛ መልስ ቢሰጠው ይገነዘበዋል ብሎ ስላላሰበ በብልሃት ሊያስተምረው ፈለገ፡፡

አባት ለታላቅ ልጁ፣ "እስቲ እነዚያ ከብት የሚያረቡት ሰዎች ቤት ሂድና በግ ይሸጡ እንደሆነ አጣርተህ ተመለስ፣ ከዚያም ጥያቄህን እመልስልሃለሁ" አለው፡፡ ታላቅ ልጅ ሄዶ ተመለሰና፣ "አዎን የሚሸጡ በጎች አሏቸው" አለ፡፡ አባትም፣ "ሂድና ዋጋቸው ስንት እንደሆነ ጠይቅ" አለው፡፡ ልጅም ሄዶ መጣና፣ "ባለ 100 ብር በጎች አላቸው" አለው፡፡ አባት እንደገና፣ "ሂድና ነገውኑ በጎቹን ብንገዛቸው እኛ ድረስ ሊያመጡልን እንደሚችሉ

ጠይቅ" አለው:: ልጅም ሄዶ መጣና፣ "አዎን ይችላሉ" አለው:: አባትም ታናሽ ወንድምህን ጥራው እስቲ አለው:: ታናሽ ልጅ ሲመጣ አባት፣ "እስቲ እነዚያ ከብት የሚያረቡት ሰዎች ቤት ሂድና በግ ይሸጡ እንደሆነ አጣርተህ ተመለስ" አለው:: ታናሽየው ሄዶ ተመለሰና፣ "ባለ 100 ብር፣ ጎችና እና ባለ 150 ብር በጎች አሏቸው:: ነገውኑ ብንፈልግ ሊያመጡልን እንደሚችሉ ጠይቄ ተስማምተዋል" ብሎ ለአባቱ ነገረው:: በመጨመርም፣ "ስለዚህ፣ የተለየ ሃሳብ ኖሮን ካልነገርኳቸው በስተቀር አምስት በጎችን በ100 ብር ሂሳብ ነገውኑ እንዲያመጡልን ተስማምቼአለሁ" አለው:: አባት ወደታላቅ ልጁ ዘወር ብሎ ሲመለከት፣ ታላቅ ልጁ የራሱንና የታናሽ ወንድሙን መልስ በማስነጻጸር ላይ እንዳለ ያስታውቅ ነበር::

"አየህ ልጄ፣ አንተንና ታናሽ ወንድምህን የጠየኳችሁ አንድ አይነት ጥያቄ ነው:: ያመጣችሁልኝ መረጃ ግን በጣም ይለያያል:: አንተ ያችኑው የተጠየከውን ጥያቄ ነው ይዘህ የመጣኸው:: ሌላ መረጃ ስፈልግ እንደገና ደጋግሜ መላክ ነበረብኝ:: እርሱ ግን እኔ የፈለኩትን ፍላጎቴን በሚገባ በመረዳት የቻለውን ያህል መረጃ ይዞልኝ ነው የመጣው፣ ከተጠየቀውም በላይ ስራ ሰርቶ ነው የመጣው:: ሁል ጊዜ ከአንተ ይልቅ ለእርሱ ሃላፊነትን የምሰጠው ለዚህ ነው::" በማለት ቀድሞ ለጠየቀው ጥያቄ መልስን ሰጠው:: ለነገሩ፣ ታላቅ ልጅ ገና መልሱ ሳይብራራ ገብቶት ነበር::

የተባሉትንና የሚጠበቅባቸውን ብቻ አድርገው እጆቻቸውን የሚሰበስቡ ሰዎች ተግባርን በማከናወንና የተጠበቀባቸውን ነገር በማድረግ አንጻር ትክክለኛ ነገር አድርገዋል:: በእድገት ልቆ ከመገኘት አንጻር ሲታይ ግን ባሉበት የሚረግጡ አይነት ሰዎች ናቸው:: ይህ አይነቱ ምርጫ ሰዎች ሊያከናውኑ ከሚችሉት አቅማቸው በታች እንዲኖሩ ያደርጋቸዋል:: ከዚህም በተጨማሪ ሌሎች በእድገትና በተቀባይነት አልፈዋቸው ሲሆዱ እያዩ "ለምን?" እያሉ ከመጠየቅ ያለፈ እድገት አይኖራቸውም:: "ለምን ለሌሎች ያደላሉ? ... ለምን ሰውን ይመርጣሉ? ..."

የእድገት ጉዳይ ግድ የሚልህ ከሆነና በሁኔታው ላይ በሚገባ ማሰብ ከፈለግህ፣ ከዚህ በታች የሚገኙትን ነጥቦች እንደመንደርደሪያ ማሰላሰል ትችላለህ::

የላቀውን ምረጥ

ከእድገት አንጻር ስንመለከተው፣ በማንኛውም መስክ ውስጥ ሁለት አይነት ሰዎች አሉ:: ለአማካኝ የሰከኑና ለላቀ ነገር የተነሳሱ:: የመጀመሪያዎቹ፣ ቀደም ሲል እንደተገለጸውና በታሪኩም እንደተመለከትነው ከተባሉት ውጪ አንድም ነገር ለመጨመር ፈቃደኝነቱ የሌላቸው ሰዎች ናቸው:: እንደዚህ አይነቶቹ ሰዎች በአንድ ተጀምሮ እስከ አስር ለመዝለቅ ታስቦ፣ "አንድ" ተብሎ ሲጀመርላቸው ያንኑ አንድን የሚደጋግሙ ሲደጋግሙ ይታያሉ:: አንዳንዴ በልግመኝነት፣ ሌላ ጊዜ ደግሞ አእምሮን ባለመክፈትና በሌሎች ምክንያቶች ከተባሉት የማያልፉ ሰዎች አሉ:: ሁለተኛዎቹ ሰዎች ግን ሌላ ምርጫን የሚመርጡ ናቸው:: ገና አንድ ሲባልላቸው ነገሩ ገብቷቸው እነሱ ራሳቸው እስከ አስር ይወስዱታል::

በየእለቱ አማካኙን አድርገህ በመሰከንና ከሚጠበቅብህ በላይ አድርገህ የተለመደውን በማስናቅ መካከል የመምረጥ ሁኔታ ወደ አንተ ይመጣል:: ምርጫህ ስኬታማነትህን ይወስናል:: የተባልከውን በማድረግና በተቃራኒው ሊደረግ የሚገባውንና የሚያስፈልገውን ሁሉ ጨምሮ በማድረግ መካከል ልዩነት አለ:: የተሻለውና የላቀው መንገድ ነገሮችን ጥጉ ድረስ የመውሰድ መንገድ ነው:: እንደ እውነቱ ከሆነ፣ ከተባለውና "የስራ ድርሻዬ ይህ ነው" ከሚለው ነገር ውጪ ለማድረግ ፈቃደኛ ያልሆነን ሰው ማን ይፈልገዋል?

አእምሮህን አሰራ

ከተባልነው በላይ ማድረግ ማሰብን ይጠይቃል:: ሰዎች ይህንና ያንን አድርግልኝ ሲሉን ምን እንደፈለጉ በማሰብ፣ ወይም ጠይቆ በመድረስ ከተባልነው አልፎ መሄድ አእምሮን የማሰራት ሂደትን ይጠይቃል:: ይህ የአእምሮ ስራ ብዙ ነገሮችን ያካትታል:: "ባለሁበት

የስራ መስክ የሚሰራው ስራ ምንድን ነው? ... አለቆቼ ወይም የስራ ባልደረቦቼ ያታገላቸው ነገር ምንድን ነው? ... ምን ባደርግ ስራቸው እንዲቀልላቸው ማድረግ እችላለሁ? ... የትኛውን ነገር ጨርሼ ልጠብቃቸው?" እና የመሳሰሉትን ጥያቄዎች በመጠየቅና ስራን አስቀድሞ ማቃለል የላቀ ሰው ባህሪይ ነው፡፡

ለምሳሌ፣ የስራ መስክህ በጣም ስራ የበዛባት የአንድ መስሪያ ቤት አስተዳደር አጠገብ ቢሆን፣ ይህቺ ሃላፊ ለማለት፣ ለመስራትና ለማከናወን የፈለገችውን እያየህና እያጠናህ ሁኔታዎች ቀድመህ ብታዘጋጅላት ምን ያህል በአንተ ላይ መደገፍ እንደምትጀምር መገመት አያስቸግርም፡፡ ይህንን በማድረግህ ሰዎችን በማሳረፍህ የምታገኘው እርካታ ትልቁ ክፍያህ ሲሆን፣ አልፎም የሚቀጥለው የእድገት ደረጃ ሲከፈት ለማን እንደሚሰጥ አንተው ገምተው፡፡

ስንፍናን አስወግድ

የተባልከውንና የተጠበቀብህን ብቻ ማድረግ አቅምህን እዚያው ያስቀረዋል፡፡ ከልጅነቱ ጀምሮ በስንፍና ምክንያት የማይንቀሳቀስንና ጡንቻውን ያላዳበረን ሰው አስብ፡፡ የጡንቻው አቅም ከዚያ በላይ ነው፤ እርሱ ግን ጡንቻው እንዲያድግ መንገድን አልጠረገለትም፡፡ በየእለት ስራችንም እውነታው ከዚሁ ተለይቶ አይታይም፡፡ ስንፍናን አስወግደን ተሽሎና ከዚያው ጋር ስራንም አሻሽሎ ለመገኘት ካልሰራን የትም አንደርስም፡፡

አንዳንድ ጊዜ የበላይ ናቸው ብለን በምናስባቸው ሰዎች ላይ በሚኖረን ጤና ቢስ አመለካከት ምክንያት ራሳችንን ለስንፍና አሳልፈን ልንሰጥ እንችላለን፡፡ አንተ በሰራኸው እነሱ እየተጠቀሙ እንደሆነ ማሰብ አንዱ ጠንቅ ነው፡፡ አንድን ነገር ጀምሮ ጥጉ ድረስ መውሰድና ከተባሉት አልፎ ማከናወን ጥቅሙ ለአንተው ነው፡፡ በአንተ ትጋት ምክንያት የሚጠቀም ሰው ካለ፣ እርሱ ከሚጠቀመው በላቀ ሁኔታ የምትጠቀመው አንተ መሆንህን ማሰብ አለብህ፡፡

የዘርን ሕግ እወቅ

ሰው የተሰጠውን የስራ ድርሻ በማከናወን ደመዎዝ ይቀበላል፡፡ ከተባለው የስራ ድርሻ አልፎ የሚያደርግ ግን ለነገ እድገቱ ዘርን ይዘራል፡፡ ይህንን የዘር ሕግ ማወቅ አስፈላጊ ነው፡፡ ሰዎች በድንገት አይነሱም፣ በድንገትም አይወድቁም፡፡ የትናንት ዘር ነው የዛሬውን ሁኔታቸው የሚወስነው፡፡ ሰዎች አጉል ብልጠትን ተጠቅመው በድንገት ያልተጠበቀ ቦታ ሊደርሱ ይችሉ ይሆናል፡፡ ሆኖም፣ በድንገት የወጣ በድንገት እንደሚወርድ ማስታወስ አለብን፡፡

ዛሬ ከተባልከው በላይ ማድረግህ ለጊዜው ትንሽ ቢያስለፋህም ለነገ እየዘራህ እንደሆነ ማስታወስ አለብህ፡፡ ይህ ዘር ከሁሉ በፊት ነገ የሚያድግ የማንነት ዘር ነው፡፡ ዛሬ ራስህን ወጥረህ የሰራሃቸው ስራዎች ለነገ እድገት የምትዘጋጅበትን ማንነት ይሰጥሃል፡፡ ይህ ማንነት የሚገለጠው ለወደፊት ሰዎች ሊሸከሙት የማይችሉትን ሃላፊነት የመሸከም ባህሪይ በማዳበር ነው፡፡ ከዚህም በተጨማሪ ከሚጠበቅብህ በላይ ስታደርግ የምትሞካከራቸው አዳዲስ ነገሮች አዳዲስ ችሎታዎችን እንድታዳብር መንገድን ይከፍቱልሃል፡፡

ሙብትህን ጣል፣ እድልን አንሳ

የተባልከውንና የተመደበልህን በማድረግ ማቆም ሙሉ መብትህ ነው፡፡ ከሚጠበቅብህ ያለፈን ነገር በማድረግ ውስጥ የሚገኘውን የእድገት ምርጫ መምረጥ ግን ታላቅ እድል ነው፡፡ ሰርተህና ለስራህ የሚገባህን ተቀብለህ ገለል ብሎ መኖር መብትህ ነው፡፡ እድልህን ለመጠቀም ከፈለግህ ግን ሊሰጥህ ከተመደበው የክፍያ መጠን ያለፈን ስራ በመስራት ራስን ማስመስከር ነው፡፡ ይህ መብትን ተወት አድርጎ ለአዳዲስ እድሎች ራስን የማዘጋጀት ምርጫ በህይወትህ ከምታደርጋቸው መልካም ምርጫዎች መካከል አንዱ ነው፡፡

ይህንን ሃሳብ ወደ ተግባር ለመለወጥ ዛሬውኑ አሁን በተሰማራህበት መስክ ውስጥ ምን አይነት ነገርን ለማሻሻል እንደምትችል ማሰብ ትችላለህ፡፡ ምናልባትም ሌሎች ማድረግ የማይፈልጉት ነገር ምን እንደሆነ በማሰብ መጀመር ትችላለህ፡፡ እነዚህን ነገሮች አጣርተህ ከለየህ በኋላ ከሙብትህ ወጥተህ ለማከናወን ሞክርና ውጤቱን ተመልከት፡፡

፳፮

የመብሰል ምርጫ

አንደኛው ምርጫህ በአእምሮ እውቀትም ሆነ በባህሪይ ልቀት ሳይበስሉ እድሜን እየቆጠሩ መኖር ነው፡፡ ሌላኛው ምርጫህ ግን ዓመታት ባስቆጠርክ መጠን ለዚያ በሚመጥን ብስለት እየተዋቡ ማደግ ነው፡፡

የአንድ ሰው አጭር ታሪክ ነው፡-

የዩኒቨርሲቲ ትምህርቴን በጀመርኩባት በመጀመሪያዋ ቀን ፕሮፌሰራችን ለመጀመሪያ ጊዜ ራሱን ካስተዋወቀ በኋላ፣ እኛም በተራችን ሁላችንም እርስ በርሳችን እንድንተዋወቅ አበረታታን፡፡ ከወንበሬ ተነስቼ የምተዋወቀውን ሰው ለመፈለግ ወዲህና ወዲያ በማለት ቃኘት ሳደርግ ከጀርባዬ አንድ እጅ በስሱ ዳበስ አደረገኝ፡፡ ማን እንደነካኝ ለማየት ዘወር ስል ከፈገግታዋ የተነሳ ሁለንተናዋ የሚያበራ አንዲት ፊቷ እጅጉን የተጨማደደ በእድሜ የገፋች ሴት ነች፡፡

"መልከ መልካም ሆይ፣ እንዴት ነህ? ስሜ ሮዝ ይባላል፡፡ የሰማንያ ሰባት አመት ሴት ነኝ፡፡ እቅፍ አድርጌ ሰላም ልልህ እችላለሁ?" በማለት ያልጠበኩትን ሰላምታ አቀረበችልኝ፡፡

ፈገግ ካልኩኝ በኋላ በታላቅ ጉጉት፣ "በሚገባ" አልኳት:: እቅፍ አድርጋ ሰላም ካለችኝ በኋላ ጊዜ ሳላባክን አንድ ጥያቄ አቀረብኩላት::

"ለምንድን ነው በዚህ ለጋና የዋህ እድሜሽ ዩኒቨርሲቲ ለመማር የመጣሽው?" በማለት ቀለድኳት::

እርሷም በቀልድ፣ "እዚህ የመጣሁት ሃብታም ባል ባገኝ ላገባውና ሁለት ልጆች ለመውለድ ነው" አለችኝ::

"እየቀለድኩኝ እኮ አይደለም" አልኳት፣ በዚህ እድሜዋ ለትምህርት ያነሳሳት ምን እንደሆነ ለማወቅ ፍላጎት ስላደረብኝ::

"ሁል ጊዜ የኮሌጅ ዲግሪ እንዲኖረኝ ሕልሙ ነበረኝ፣ አሁን ጊዜው ደርሶ ይኸው ዲግሪዬን ልይዝ ነው" አለችኝ::

ክፍለ ጊዜው ካለቀ በኋላ ወደ ተማሪዎች መዝናኛው ሕንጻው አቅጣጫ በቀስታ እየተራመድን የሚጠጣ ነገር ተገባበዝን:: ለሚቀጥሉት ሶስት ወራት ከትምህርት ሰዓት በኋላ አብረን በማሳለፍ እንነጋገር ነበር:: በእነዚህ ጊዜያት ያካፈለችኝ በእድሜ ያገኘችው ጥበብና ልምምዷ እጅግ አስገራሚ ነበር::

በቀጣዮቹ አመታት ሮዝ የትምህርት ቤቱ ታዋቂ ሴት ወደ መሆን መጣች:: በሄደችበት ቦታ ሁሉ በቀላሉ ወዳጆችን ታፈራ ነበር:: ዝንጥ ብላ መልበስን ታዘወትር ነበር:: ሴሚስተሩ መጨረሻ ላይ በነበረን የኳስ ጨዋታ ግብዣ ላይ ንግግር እንድታደርግ ጋበዝናት:: ወደ መድረኩ ተጋብዛ ንግግር ስታደርግ ያስተማረችንን በፍጹም አልዘነጋውም::

ምርጫና ውሳኔ / Choices and Decisions

“መጫወት የምናቆመው በእድሜ ስላረጀን አይደለም፣ መጫወት ስላቆምን ነው የምናረጀው:: ደስተኞችና ስኬታማዎች መሆን ከፈለጋችሁ፣ ምስጢራቱ ግልጽ ናቸው:: በየቀኑ የሚያስቅ ነገር ፈልጋችሁ ማግኘት አለባችሁ:: የምትከታተሉት ሕልም ሊኖራችሁ ይገባል፣ ምክንያቱም ሕልማችሁን ስታጡ ትሞታላችሁ:: በዙሪያችን በርካታ ሰዎች ሞተው እንኳን እንደሞቱ አልገባቸውም:: በማርጀትና በማደግ መካከል ትልቅ ልዩነት አለ:: የአስራ ዘጠኝ አመት ወጣት ሆነህ አመቱን ሙሉ ምንም ሳትሰራ በአልጋ ላይ ካሳለፍከ ሃያ አመት ወደ መሆን መምጣትህ አይቀርም ትመጣለህ:: እኔ ደግሞ ሰማንያ ሰባት ዓመቴ ሆኖ አመቱን ሙሉ በአልጋዬ ላይ ባሳልፍ፣ ሰማንያ ስምንት ወደመሆን መምጣቴ አይቀርም::

በእድሜ መግፋት ለሁሉም የተሰጠ እውነታ ነው:: እድሜን መቁጠር ምንም አይነት ልዩ ስጦታና ችሎታ አይጠይቅም:: ለማለት የፈለኩት በሚከናወኑት የሕይወት ለውጦች ውስጥ ሁሉ ያለንን እድል በመጠቀም ማደግ ይኖርብናል ነው:: እኛ በእድሜ የገፉን ሰዎች ያለፈውን ሕይወታችንን አስመልክቶ በአብዛኛው የሚኖርብን ጸጸት ስላደረግናቸው ነገሮች ሳይሆን ስላላደረግናቸው ነገሮች ነው:: ማርጀትንና መሞትን የሚፈሩ ሰዎች ብዙ ጸጸት ያለባቸው ሰዎች ናቸው::

በዲግሪ በተመረቀች በአንድ ሳምንት ውስጥ ሮዝ በሰላም ከዚህ አለም ተሰናበተች:: በቀብር ስነስርአቷ ላይ የተገኘን ተማሪዎች በሙሉ፣ መሆንና ማድረግ የምንፈልገው ደረጃ ለመድረስ ከፈለግን በማንኛውም ጊዜ ያንን ማድረግ እንደምንችል ስናስታውስ ዋልን (ምንጭ:- (http://www.ecaa.ntu.edu.tw/weifang/readings/0Growing%20Up.htm))::

የእድሜህ ቁጥር በጨመረ መጠን ለመብሰል ራስህን ካላዘጋጀህ ትሄዳለህ፣ ግን አትደርስም፣ ትባክናለህ ግን አታከናውንም፣ ታስቀምጣለህ ግን አታጠራቅምም:: ስለዚህም፣ በታሪኩ ላይ ከተገለጸችው እድሜ ባለጠጋ ምክር የምንማራቸውን ነጥቦች ማጤን አስፈላጊ ነው::

ለሳቅና ለደስታ ምክንያት ፈልግ

“መጫወት የምናቆመው በእድሜ ስላረጀን አይደለም፣ መጫወት ስላቆምን ነው የምናረጀው .. በየቀኑ የሚያስቅ ነገር ፈልጋችሁ ማግኘት አለባችሁ” ትለናለች ይህቺ ሴት፡፡ ምናልባት ዘወትር ለማድረግ የፈለገችውንና ያንንም ለማድረግ እድል በማጣቷ ምክንያት ያስተላለፈችውን ነገር በእድሜዋ መጨረሻም ቢሆን ለማድረግ መነሳሳቷ የዚህ ዝንባሌዋ ውጤት ይሆን?

በዙሪያችን ቁጥራቸው ቀላል ያልሆኑ ሰዎች ይህንና ያንን ሳያደርጉ እድሜያቸው በማለፉ ምክንያት ሲጸጸቱ ይታያሉ፡፡ መለወጥ የማይችሉትን ነገር እያወጡና እያወረዱ ቢጸጸቱ ምንም ለውጥ እንደማያመጡ እያወቁት እንኳን ወደ ፊት መራመድ እስከሚያቅታቸው ድረስ የስሜት ቀውስ ውስጥ ራሳቸውን ያገኙታል፡፡ አመለካከትን በመለወጥ ግን ባሉበት ሁኔታ ማድረግ የሚችሉትን ወደማድረግና በዚያም ወደመደሰት መዝለቅ ይችላሉ፡፡

ከሕልም ውጪ ላለመኖር ወስን

“ሕልማችሁን ስታጡ ትሞታላችሁ” የሚለው የዚህች ሴት ሃሳብ ሌላው ትምህርት ሰጪ ሃሳብ ነው፡፡ እድሜን ባስቆጠርን መጠን እያለምንና ያንንም ሕልም በመከተል ካላደግን ከዚያ ጋር አብሮ የሚመጣውን ሸክም እንሸከማለን፡፡ በእድሜ በገፉ መጠን ሕልምን እየጣሉ መሄድ በቁመና እንደመሞት ነው፡፡ ሕልም ማለት ነገ ልንደርስበት የምንችለው ተስፋ ማለት ነው፡፡ ሰው ደግሞ ካለተስፋ መኖር አይችልም፡፡

መኖር ማለት መተንፈስ፣ መብላት፣ መጠጣት፣ መተኛትና መነሳት ብቻ አይደለም፡፡ መኖር መለወጥና ማደግን ይጨምራል፡፡ መለወጥ ገጽታ ብቻ አይደለም፣ አመለካከትንና

ባህሪይንም ይጠቀልላል፡፡ የዚህ አይነቱን ሁለንተናዊ እድገት ለማስተናገድ ደግሞ ሕልምንና ራእይን አለመልቀቅ አስፈላጊ ነው፡፡

በእድሜ መግፋትን ከእድገት ጋር አታምታታ

"በኖሩ ቁጥር በእድሜ መግፋት ለሁሉም የተሰጠ እውነታ ነው፤ ምንም አይነት ልዩ ስጦታና ችሎታ አይጠይቅም" በማለት ተጨማሪ እውነታ ታስታውሰናለች፡፡ ትክክል ብላለች! እድሜ ነጻ ነው፣ ብስለትና እድገት ግን የግል ጥረትን የሚጠይቅና ዋጋ የሚያስከፍል ጉዳይ ነው፡፡ አንዳንድ ሰዎች የእነዚህን ሁኔታዎች ልዩነትና ግንኙነት በቅጡ ስለማያውቁት በእድሜ ስለገፉ ብቻ ያደጉ ይመስላቸዋል፡፡

ይህንን እውነታ አትዘንጋ፡- ማርጀት የግድ ነው፣ ማደግና መብሰል ግን የምርጫ ጉዳይ ነው፡፡ ይህንን እውነት ስንገነዘብ በእድሜ በመግፋትና በመብሰል መካከል ያለውን ልዩነት ስለምንገነዘብ በዚያ ምክንያት ከሚመጡ ባሉበት የመርገጥ፣ አልፎም ወደ ኋላ የመንሸራተት ጠንቆች እንድናለን፡፡

ከለውጥ ጋር አብረህ ተለወጥ

ሌላኛው የዚህች ሴት ምክር እንዲህ የሚል ነው፡- "በሚከናወኑት የሕይወት ለውጦች ውስጥ ሁሉ ያለንን እድል በመጠቀም ማደግ ይኖርብናል"፡፡ እጅግ አስፈላጊ ምክር! ለውጥ በዙሪያችን ነው፡፡ ቁመናችን፣ እድሜያችን፣ የኑሯችን ሁኔታ፣ አካባቢያችን፣ የአለም ሁኔታ ... ካለማቋረጥ ይለወጣሉ፡፡ ከእነዚህ ለውጦች ጋር በተገቢው ሁኔታ አብሮ ለመጓዝ የእኛም መለወጥ ወሳኝ ነው፡፡

ከሁኔታዎች ጋር አብሮ መለወጥ ማለት እንደየሁናታው ማንነታችንንና አቋማችንን እንለዋውጥ ማለት ሳይሆን፣ መሰረታዊውን ራእያችንንና መርሃችንን ሳንለቅ ከለውጦች ጋር አብሮ ለመራመድ የሚያስፈልገውን ማስተካከያ ማድረግ ማለት ነው፡፡

ስህተት ፈርተህ ከመንቀሳቀስ አትገታ

ይህቺ ሴት፣ "እኛ በእድሜ የገፋን ሰዎች በአብዛኛው የሚኖርብን ጸጸት ስላደረግናቸው ነገሮች ሳይሆን ስላላደረግናቸው ነገሮች ነው" በማለት የተናገረችውንም ነጥብ ልናልፈው አይገባንም:: ባደረግናቸው ተገቢ ያልሆኑ ነገሮች ወዲያውኑ የመጸጸት ባህሪይ አለን:: ያላደረግናቸው መልካም ነገሮች ተጽእኖ ግን የሚታወቀን የኋላ ኋላ ነው::

ይህንን አባባሏን ሰፋ ስታደርገው፣ "ማርጀትንና መሞትን የሚፈሩ ሰዎች ብዙ ጸጸት ያለባቸው ሰዎች ናቸው" ትለናለች:: ለማለት የፈለገችው፣ በእድሜአቸው በሚገባ ተጠቅመው የሚያልፉ ሰዎች ከእድሜያቸው ጋር አብሮ የሚራመድ እድገት ስለሚኖራቸው በዚያው መጠን ከጸጸት የመጠበቅ ሁኔታ አላቸው::

27

የእምቢታ ምርጫ

አንዱ ምርጫህ ሰዎችና ሁኔታዎች "እንዲህ ነህ" ብለው የሰጡህን ስምና ማንነት ተቀብለህ አቀርቅሮ መኖር ነው:: ሌላኛው ምርጫህ ግን ያልሆንከውን ማንነትና የማይመጥንህ ስም ላለመቀበል የሚያስፈልገውን መስዋእትነት መክፈል ነው::

ሄንሪ (Henry Brown) በሰዎችም ሆነ በታሪክ የሚታወቀው "ቦክስ" ከሚል ቅጽል ስም ጋር ነው (Henry "Box" Brown):: በሰሜን አሜሪካ በቨርጂንያ ግዛት ውስጥ በ1815 ዓ/ም በባርነት ነው የተወለደው:: በ15 ዓመቱ በትንባሆ እርሻ የጉልበት ስራ እንዲሰራ:: እድሜው ደርሶ የሚወዳትን ሴት ቢያገባም፣ የባርነት ዘመን አሰራር ናንሲ (Nancy) ከምትባለዋ የትዳሩ ጓደኛው ለይቶት ነበር:: ናንሲ ባሪያዎችን በመሸጥና በመግዛት ስራ የተሰማራ የአንድ ጌታ ንብረት ሆና በአቅራቢያው በሚገኝ እርሻ ጉልበት ስራ ትሰራለች:: አራተኛ ልጇን ለመውለድ ደርሳ ነበር::

አንድ ቀን ሄንሪ አንድ አሳዛኝ ዜና ደረሰው:: ዓመተ ምህረቱ 1848 ነው:: ናንሲና ልጆቿ ወደ ሌላ ግዛት በሽያጭ ሊጋዙ ነው:: በመንገድ ላይ ቆሞ እንባ ከአይኖቹ እየፈሰሱ 350 ሃምሳ የሚሆኑ ባሪዎች በሰንሰለት ታስረው ሲወሰዱ ተመለከተ:: በዚያ መካከል ነፍሰ-ጡር የሆነችው ሚስቱና ልጆቹ ይገኙበታል:: ሁኔታውን ለመለወጥ ምንም አቅም አልነበረውም::

በተከሰተው ሁኔታ እጅግ ያዘነው ሄንሪ ከባርነት ለማምለጥ ቁርጥ ውሳኔ አደረገ፡፡ ፊላደልፊያ በተሰኘች ከተማ ውስጥ የጥቁር ባርትን ስርዓት የሚቃወም አንድ ነጭ እንደነበረ ስለሰማ ወደ እርሱ ለመድረስ ወሰነ፡፡ ከአንድ ጄምስ (James) ከሚባል በጊዜው ከባርነት ነጻ ከሆነ ወዳጁ ጋር በመማከር ራሱን በሳጥን ውስጥ ከደበቀ በኋላ ይህ ጓደኛው አድርሻ በሳጥኑ ላይ በመጻፍና ወደ ፖስታ ቤት በመውሰድ በፖስታ እንዲልከው ተማከረ፡፡

ሄንሪ የተደበቀበትን ሳጥን ወደ ነጻ አውጪው ሳሙኤል (Samuel Alexander Smith) ወደተሰኘው ነጭ እንዲልከው ከጓደኛው ከጄምስ ጋር ተማከሯል፡፡ እቅዱ ጥሩ የፈጠራ ብቃትን የሚያሳይ ቢሆንም፣ እጅግ አደገኛ ውሳኔ ነበር፡፡ በእቅዳቸውም መሰረት ማርች 23፣ 1849 ዓ/ም ሄንሪ ራሱን የደበቀበትን ሳጥን ጓደኛው ጄምስ በፖስታ ቤት ላከው፡፡

ሄንሪ አየር እንዲያገኝ ያህል ሳጥኑ ላይ ትንሽ ቀዳዳ ፈጥረዋል፡፡ ከውኃና ከጥቂት ብስኩት በስተቀር የያዘው ነገር የለም፡፡ ጉዞው በጋሪ፣ በባቡርና በጀልባ ነበር፡፡ በመጨረሻም በፊላደልፊያ (Philadelpia) በሚገኘው የጸረ-ባርነት ማሕበር አድራሻ ሳጥኑ ደረሰ፡፡ በዚህ 27 ሰዓታት በፈጀ ጉዞ ሄንሪ የተደበቀበት ሳጥን በብዙ ውጣ ውረድ ውስጥ አልፏል፡፡

ያለፈበትን ሁኔታ ሄንሪ ሲገልጽ፣ "አይኖቼ አብጠው ሊፈነዱ ጥቂት ቀርቷቸው ነበር፡፡ በጭንቅላቴ ላይ ከነበረው ውጥረት የተነሳ የደም ስሮቼ ተወጥረው ነበር፡፡" በአንድ ወቅት ሳጥኑ ተዘቅዝቆ በነበረበት ጊዜ ሄንሪ ከነበረበት ሁኔታ የተነሳ የሚሞትም መስሎት ነበር፡፡ ሁለት ሰዎች ሚቀመጡበት ስፍራ ሲፈልጉ በሳጥኑ ላይ ለመቀመጥ ሲሉ ገለበጡትና ለሄንሪ ጥሩ ገጠመኝ ሆነለት፡፡

በመጨረሻም ሄንሪ ተደብቆበት የነበረው ሳጥን ዊልያም፣ ጃምስ፣ ፕሮፌሰር ሲዲ እና ልዊስ ወደተሰኙ ሰዎች እጅ ገባ፡፡ ሳጥኑም ሲከፈት ሄንሪ፣ "እንድምን አላችሁ፣

ከቡራን?" በማለት ከሳጥኑ ውስጥ ብቅ አለ። በዚህም ውሳኔው በፍጹም ሊቀበለው ከማይችለው የባርነት ሕይወት ወደ ነጻነት ተሸጋገረ (ምንጭ፦- http://www.pbs.org/black-culture/shows/list/underground-railroad/stories-freedom/henry-box-brown/)።

በአንዳንድ ሃገሮች ውስጥ አሁንም አንድ ሰው ሌላውን እንደባሪያ የሚገዛበት ሁኔታ እንዳለ ቢታመንም፣ በጥቅሉ ግን በዓለም ዙሪያ የባርነት ስርዓት ሕገ-ወጥ ከሆነ ሰንበቷል። የባርነት ገጽታው ግን ዘርፈ-ብዙ ነው። የባርነት መሰረታዊ መነሻው አንድ ሰው መሆንና ማድረግ የሚችለውን ነገር መንፈግ ነው። በዚህ የቃሉ ትርጉም መነሻ መሰረት ሰዎች ለተለያዩ ነገሮች ባሪያ ሊሆኑ እንደሚችሉ ማሰብ አያዳግትም።

አንድ ሰው መሆንና ማድረግ ከሚፈልገው መልካም ነገር የሚገታውን ነገር ለማሸነፍ እስካልተነሳ ድረስ ሙሉ ሰው መሆን ያስቸግረዋል። እንዲህ አይነቱ ሁኔታ ደግሞ ከራሱ አልፎ ለትውልድ የሚተርፍ መዘዝ አለው። ሰው ጤና ቢስ ለሆነው ነገር "እምቢ" ማለት ሲጀምር ለብዙዎች ከእርሱ በኋላ ለሚመጡ ሰዎችም ሳይቀር የነጻነትን ፈር ይቀዳል። የሰው ዘር ከፈጣሪው ከተቀበላቸው ስጦታዎች አንዱ የምርጫ ስጦታ ነው። ለማንነቱ የማይመጥነውን ነገር ለይቶ በማወቅ በምርጫ ሲኖር ያንን ነጻነቱን መለማመድ ይጀምራል። ያንን ለመለማመድ የሚረዱ አንዳንድ ጠቃሚ ሃሳቦችን መመልከት እንችላለን።

ራስህን አክብር

አብዛኛውን መሆን ከምንፈልገው አቅማችን በታች እንድንኖር የሚያደርግንን ገደብ ከተመለከትነው ከሰው ጋር የተያያዘ እንደሆነ እንደርስበታለን። አንዳንድ ሰዎች በሌሎች ሰዎች ላይ ጫና ማሳደርና እንደ ባሪያ መግዛት ይወዳሉ። በአመለካከታቸው ላይ ህሊናን የሚደበድቡ ቃላት በመናገር፣ ያላቸውን የገንዘብ የበላይነት በመጠቀም፣ በስልጣን በመመካትና በመሳሰሉት ማሕበራዊ ልዩነቶች አማካኝነት አንዱ ሌላውን ሲገዛው ማየት

ምርጫና ውሳኔ / Choices and Decisions

የተለመደ ነው:: በእንደዚህ አይነቱ ተጽእኖ ስር እንዳለህ ካመንክ ከሁኔታው ለመላቀቅ የመጀመሪያ እርምጃህ ራስህን ማክበር ነው::

ሰውን ከማክበርህ በፊት የሚቀድመው ሃላፊነትህ ራስን ማክበር ነው:: ሰዎች አንተን ከማክበራቸውም በፊት በመጀመሪያ አንተው ራስህ፣ ራስህን ማክበር አለብህ:: ራስህን እስካላከበርክ ማንም ሰው አያከብርህም:: ራስህን ስታከብር የሚመጥንህንና የማይመጥንህን መለየት ትጀምራለህ:: ያን ጊዜ ብቻ ሰዎች በአንተ ላይ የሚያስቀምጡትን አንተነትህን ከሰውነት በታች የሚያደርጉት ሁኔታዎች መጋፈጥ ትጀምራለህ::

ላመንክበት ነገር ጨካኝ ሁን

ያለህበት የሕይወት ሁኔታ ለውጥ የሚያስፈልገውና ካለብህ ተጽእኖ መላቀቅ እንዳለብህ ካላመንክ አንደኛው አርፈህ ብትቀመጥ ይሻልሃል:: ነገር ግን፣ በሰዎችም ሆነ በሁኔታዎች ያደረብህ ተጽእኖ መሆን ከምትፈልገው ማንነት በታች አስሮ እንዳስቀመጠህ ካሰብክ ቁርጥ ውሳኔ ማድረግ አለብህ:: በሌላ አገላለጽ፣ ላላመንክበት ነገር አትንቀሳቀስ፣ ላመንክበት ነገር ደግሞ ምንም ነገር ከማድረግ አትመለስ::

ላመንክበት ነገር በመጨከን ከዚያ ነገር የመላቀቅን ሂደት ለመጀመር በቅድሚያ ያለብህን ችግር አምነህ መቀበል አለብህ:: በመቀጠልም፣ ቁርጥ ውሳኔ ማስተላለፍ አስፈላጊ ነው:: ከዚያም አልፎ ከዚያ ሁኔታ በምን መልኩ መላቀቅ እንደምትችል መንገዶችን ማሰብ ትችላለህ:: ምናልባት ያለህበትን ችግር ሊረዳህ ለሚችል ለሰው በመናገር ልትጀምር ትችላለህ:: ያም ሆነ ይህ ሁኔታህን ለመቀየር መጨከን አለብህ::

እንዳለሁ ብለህ አትፍራ

በሕይወትህ በፍጹም የማትጎዳበትን መንገድ እየመረጥክ መሄድ ከጀመርክ ምንም መንቀሳቀስ አትችልም:: አንዳንድ ለተሻለ ነገር የምትወስዳቸው መንገዶች በራሳቸው

ሕመም ይኖራቸዋል፡፡ ለበለጠው ዓላማህ ግን ጊዜያዊን ሕመም መታገስ የግድ ነው፡፡ ይህ ማለት፣ የጉዳትህን አይነት የመምረጥ ጉዳይ ነው እንጂ ሁሉ ነገር ጉዳት አለው፡፡

ለምሳሌ፣ ከአንድ ሕመም ነጻ ለመውጣት መድሃኒት መውሰድ ያስፈልግህ ይሆናል፡፡ መውሰድ ያለብህ መድሃኒት ደግሞ አንዳንድ ተያያዥ ችግሮች (Side effects) ሊኖሩት ይችላል፡፡ ምርጫው ግን የአንተ ነው፡- የበሽታውን ሕመም መታገስ ወይም የመድሃኒቱን ሕመም መቋቋም፡፡ በአጭሩ ሳያወጡ ማትረፍ የለም፣ ሳይጎዱ ታክሞ መዳን የለም፣ ሳይጨክኑና መራራ ነገር ሳይጎነጩ ነጻነት የለም፡፡

ያልተጸየፍከውን ነገር እንደማትለቀቀው አስታውስ

ከአንድ ሁኔታ ጋር ትንሽም ብትሆን የፍቅር ትስስር ካለህ ያንን ነገር እርግፍ አድርገህ ለመተው እንደሚያስቸግር ከወዲሁ ላስታውስህ፡፡ ከአንድ ነገር ፈጽመህ ለመላቀቅ ከፈለክ ያንን ነገር ሙሉ ለሙሉ የምትጸየፍበትን መንገድ መፍጠር የግድ ነው፡፡ አንድን ነገር እየወደድከው ከዚያ ነገር መለየት አስቸጋሪ ስለሆነ ማለት ነው፡፡

አንድን ሁኔታ የማትቀበልበትንና ከዚያ ሁኔታ ጋር ለወደፊት የማትቀጥልበትን ትክክለኛ ምክንያት አግኝተህ አእምሮህን ማሳመን ይገባሃል፡፡ አንድ ከዚህ በፊት ትወደው የነበረውን ነገር ከዚያም ወደ መጸየፍ የመጣኸውን ነገር ማሰብ ትችላለህ፡፡ ለዚያ ነገር የነበረህን አመለካከት የለወጠው ቀድሞ ያልነበረህን መረጃ በማግኘትህ እንደሆነ ጥርጥር የለውም፡፡ በዚህ መልኩ ስለ አንድ መላቀቅ ስለምትፈልገው አስጸያፊነት ማሰብና ለምን ከዚያ ነገር መላቀቅ እንዳለብህ ራስህን ማሳመን ትችላለህ፡፡

ገደብን አብጅ

ያለህበትን የግል ሁኔታ በሚገባ አጢነው፡፡ በዚህ ምእራፍ ውስጥ በተነጋገርነው መሰረት በሕይወትህ ሊኖር የማይገባው ነገር ምንድን ነው? ምን አይነት ለአንተ የማይመጥን ሁኔታ ውስጥ ነው ያለኸው? ምናልባትም ጫና ያደረገብህ ሰው ማን ነው? ይህ ሰው

በዚህ መልኩ እኔን ሊጫነኝ አይገባም የምትለው ሰው አለ? ይህ አይነት ሱስ ሊኖርብኝ አይገባም የምትለውስ ሁኔታ አለ? ለጊዜው እየታገስከው ያለኸውስ ሰውና ሁኔታ አለ?

ከላይ የተጠቀሱት ጥያቄዎች የሚመለከትህ ከሆነ ከእነዚህ ሁኔታዎች ለመላቀቅ በምታደርገው ጥረት ውስጥ ገደብ የማበጀትን ውሳኔ መወሰን ያስፈልግሃል፡፡ አንድን ነገር ምን ያህል እንደምትታገሰው ልኩን ማወቅና ማበጀት አስፈላጊ ነው፡፡ የብዙ ሰዎች ችግር ለአንድ አስቸጋሪ ሁኔታ ገደብና ልክ አለማበጀት ነው፡፡ አንድን ነገር ምን ያህል ነው የምትሸከመው? ለአንድ ነገር ገደብ አለማበጀትና "በቃ" አለማለት ምናልባት የማትቀለብሰው ሁኔታ ውስጥ ይጨምርህ ይሆናልና አስብበት፡፡

References

1. Hammond, J.; Keeney, R. & Raiffa, H. (1999). Smart Choices. Harvard Bussiness School Press, Boston, Massachusetts.
2. Hastie, R. & Dawes, R. (2010). Rational Choice in an Uncertain World. SAGE Publications, Inc., Thousadn Oaks, CA.
3. Heath, C. & Heath, D. (2013). Decisive. Random House Inc.Crown Publishing Group, New York, NY.
4. Iyengar, S. (2010). The Art of Choosing. Twelve Hachette Books Group, New York, NY.
5. Kahneman, D. & Tversky, A. (2000). Choices, Values, and Frames. Cambridge University Press.New York, NY.
6. Kahneman, D. (2011). Thinking Fast and Slow. Farrar, Straus, and Giroux, USA.
7. Resnik, M. (1987). Choices. University of Minnesota Press, Minneapolis, MN
8. Schwartz, B. (n.d). The Paradoz of Choice. HarperCollins e-books.
9. Stoddard, A. (n,d). You are Your Choice. HarperCollins e-books.
10. Sunstein, C. (2015). Choosing Not To Choose. Oxford University Press, New York, NY.

አመራር
A to Z
ዶ/ር ኢዮብ ማሞ

25 የስኬት ቁልፎች
በዶ/ር ኢዮብ ማሞ

የጊዜ አጠቃቀም ጥበብ

እይታ
በዶ/ር ኢዮብ ማሞ

የስሜት ብልህነት
በዶ/ር ኢዮብ ማሞ

ትኩረት
በዶ/ር ኢዮብ ማሞ

የማንነትህ መለኪያ
በዶ/ር ኢዮብ ማሞ

ሁለንተናዊ ብልፅግና
በዶ/ር ኢዮብ ማሞ

የትራንስፎርሜሽን
አመራር
Transformational
Leadership
በዶ/ር ኢዮብ ማሞ

የአለማችን
አስቸጋሪ ሰዎች
በዶ/ር ኢዮብ ማሞ

ራስን ማሸነፍ
ዶ/ር ኢዮብ ማሞ

የገንዘብ ነጻነት
አምዶች
በዶ/ር ኢዮብ ማሞ

የህይወት ጸጸቶች
ዶ/ር ኢዮብ ማሞ

ገዢው ስሜት
ዶ/ር ኢዮብ ማሞ